आरोग्य व सौंदर्य

आयुर्वेदाने प्रेरित त्वचेची निगा

श्री. संजीव पेंढारकर

आरोग्य व सौंदर्य या दोनही गोष्टींचा बाजार मांडत अनेक स्वार्थी लोक विषारी व अपायकारक द्रव्यांनी युक्त गोष्टी व प्रसाधने सर्रास बाजारात विकताना दिसतात.

पण त्यांच्या याच कृतीतून समाजाला हा आरोग्याचा व सौंदर्याचा सहज उपलब्ध होणारा ठेवा दाखवून देण्याची प्रेरणा मला दिली.

यातूनच आयुर्वेदाने प्रेरित त्वचेची निगा काही साध्या घरगुती उपायांनी अगदी सहज व अगदी कमी कष्टात व कमी खर्चात कशी घेता येऊ शकते हे समाजासमोर ठेवणे मला शक्य झाले.

वाईटातून चांगले निघते ते असे.

मला वाईटातून हे चांगले काढून समाजासमोर ठेवायला प्रेरित करणाऱ्या सर्व व्यक्तींना ही कृती समर्पित.

अनुक्रमणिका

प्रस्तावना ... vii

1. खरा दागिनाः आरोग्य ... 1

2. खरं सौंदर्यः स्वास्थ्य ... 3

3. स्त्री सौंदर्य ... 6

4. प्रसाधने व आरोग्य ... 8

5. हवीशी नितळ कांती ... 10

6. घरगुती फेस पॅक ... 12

7. आयुर्वेदिक फेशियल ... 14

8. सौंदर्य रंगात नसते ... 16

9. त्वचा निरोगी राखा ... 18

10. रंग की निरोगीपण? ... 21

11. त्वचेचे प्रकार ... 23

12. त्वचेची निगा ... 25

13. गोरे होताना सांभाळा ... 28

14. हळद एक वरदान ... 30

15. बहुगुणी हळद ... 34

16. समतोल आहार ... 37

17. दूध, त्वचा, स्वास्थ्य ... 39

18. आहार व वाढ ... 41

19. आयोडीन का हवे ... 44

20. त्वचाही तहानते ... 47

21. हृदय सांभाळा ... 49

अनुक्रमणिका

22. नारळ पपई व डेंग्यू 52

23. डेंग्यू घालवा 55

24. मस्क्युलर डिस्ट्रॉफी 58

25. स्टेम सेल थेरपी 61

26. आरोग्य व पर्यावरण 63

27. मानसिकता व निद्रा 65

28. नैराश्य टाळा 67

29. भारतीय स्त्री.. 71

30. संस्कार 74

प्रस्तावना

आज 'विको'ची ओळख एक यशस्वी मराठी उद्योगसमूह अशी आहे. आमची सुरुवात लहान होती.

माझे आजोबा क. केशवराव व वडिल कै. गजाननराव यांनी मोठी स्वप्नं पाहिली व ती पुर्न करण्याचा आटोकाट प्रयत्न केला.

'विको'चि अतिशय लोकप्रिय उत्पादने 'ब्रँडेड प्रोडक्टस' म्हणून प्रसिदध आहेत.

मार्केटमध्ये विकोचं अतिशय मजबूत ब्रँड नेम झालंय. राज्याच्या, देशाच्या सीमा ओलांडून सर्वदूर अशी ही ओळख आमची झाली आहे.

१५० वर्षांच्या राजकीय पारतंत्राच्या काळात भारतीय समाजाची मानसिकता एवढी बदलून गेली होती की, आपली संस्कृती, चालीरिती, दैदिप्यमान इतिहास, पारंपारिक ज्ञानाचा अनमोल वारसा या सर्वच गोष्टींचा आपल्या समाजाला विसर पडला होता.

अशा वेळी सामाजिक बांधिलकीची जाणीव ठेवत आमच्या आजोवांनी विकोचं बीज रोवलं आणि त्याचं रोप समर्थपणे वाढवलं.

याच रोपानं आम्हालाही आपल्या सामाजिक बांधिलकीची आठवण ठेवायला शिकवलं.

त्याचाच परिणाम म्हणून या आयुर्वेदाच्या ज्ञानातून आलेल्या समाजासाठी उपयुक्त गोष्टी इथे सादर करत आहे.

संजीव पेंढारकर
संचालक विको लॅबोराटरीज

१

खरा दागिना: आरोग्य

प्रत्येक स्त्रीला वाटत असते, 'आपण सुंदर दिसावं', त्याकरिता त्यांचा सतत प्रयत्न चालू असतो.

स्त्रिया सुंदर होण्यासाठी सौंदर्यप्रसाधने वापरतात, ब्युटी पार्लरला जातात. घरच्या घरी चेहऱ्यावर लेप लावले जातात. पण खरं तर सौंदर्य प्रमाणबध्द शरीरसौष्ठवात असतं.

स्त्रियांना आता त्याची जाणीव झाली आहे. काहीजणी त्याकरिता 'जिम' ला जातात. मध्यंतरी 'झिरो फिगर'चं फॅड आलं होतं.

मला आठवतंय, करीना कपूरनेही अगदी प्रयत्नपूर्वक 'झिरो फिगर' राखली होती.

पण अगदी झिरो फिगर नाही, तर स्त्रीला चांगली फिगर असली, तरी ती आकर्षक दिसते एवढे नक्की! त्याकरिता योग्य आहार व व्यायाम आवश्यक आहे.

तुम्ही खूप व्यायाम करता आहात, पण त्यासोबत तुमच्या जिभेवर जर तुमचा ताबा नसेल, तर त्या व्यायामाचा फायदा होतं नाही.

चौरस आहाराची जोड व्यायामाला द्यायला हवी. भारताने जगाला दिलेली सुंदर गोष्ट म्हणजे योगासनं. हा सर्वांगसुंदर व्यायाम प्रकार आहे. शरीराला ग्रासणाऱ्या अनेक समस्यांवर योग्य ते आसन केले, तर तुम्ही तंदुरुस्त राहता. आपल्या रोजच्या जीवनक्रमात स्त्रियांनी योगासनाचा समावेश अवश्य करावा.

अर्थात् आपल्या शरीराला काय सहन होतं. आपल्या शरीराला काय चालतं, याचा अभ्यास करुन योगासने निवडण्या करिता तज्ञांचा सल्ला घेणे नेहमीच उत्तम.

तुम्हाला 'जिम' ला जायला पाहिजेचं असं नाही, आपला भारतीय आहार चौरस असतो. शरीराला आवश्यक ती पोषकद्रव्ये त्यात असतात. आहारतज्ञांची मदत घेतली पाहिजे असंही नाही.

फक्त मांसाहारातूनच प्रथिने मिळतात असेही नाही, शाकाहारी जेवणातील अनेक पदार्थ ती पुरवू शकतात. निरोगी शरीरात निरोगी मन वास करतं असतं असे म्हणतात.

स्त्रियांनी स्वतःला त्याचा विसर पडू देऊ नये. दुसरं असं की, चांगले कपडे, दागदागिने प्रत्येक स्त्रीला आवडतात, पण 'खरा दागिना आरोग्य' हाच असतो हे त्यांनी लक्षात घ्यावे.

2

खरं सौंदर्यः स्वास्थ्य

मध्यंतरी एका कार्यक्रमानिमित्त कॉलेजमध्ये जाण्याचा व तिथल्या चर्चासत्रात भाग घेण्याचा योग आला. अत्यंत उल्हासित, आनंदी व सुंदर अशा तरुणाईला पाहून मी काहीसा अंतर्मुख झालो. कॉलेजवयीन दिवस आठवले आणि खूपच ताजेतवाने वाटले.

यावेळी चर्चेचा विषय होता, "आजची स्त्री आपल्या सौंदर्याविषयी जास्त सजग झाली आहे का?" हे तर खरंच आहे, असा एकूण सूर होता आणि मुलींनी हे धीटपणे स्वीकारलेही.

पण त्याचबरोबर आजच्या काळातील तरुणही त्याबाबतीत आता फारसे मागे राहिले नाहीत, असेही त्यांनी आपले ठाम मत मांडले.

सौंदर्यप्रसाधनांचा वापर मुलींइतकाच मुलेही मोठ्या प्रमाणावर करीत असतात. आता गर्ल्स ब्युटीपार्लरसारखीच अनेक जेंट्स ब्युटीपार्लर्स ही आहेत.

गोष्ट चांगलीच आहे, कारण प्रत्येकालाच आपण जास्तीत जास्त प्रेझेंटेबल दिसलं पाहिजे असं वाटंत असतं.

एखादी गोष्ट आपलं व्यक्तिमत्व जास्त उठावदार करीत असेल, तर ती करण्यात वावगे असे काहीच नाही.

सुंदर दिसायला प्रत्येकालाच आवडतं पण काळानुसार सौंदर्याच्या व्याख्येमध्ये फरक पडत जातो.

"

पूर्वी मुलगी गोरीगोमटी, नाकीडोळी व चेहऱ्याने सुंदर असली की, आपण फार मोठी लढाई जिंकली, असे तिला आणि तिच्या आई-वडिलांना वाटायचं. हल्ली नुसता चेहराच सुंदर दिसून चालत नाही.

तुम्ही नखशिखांत सुंदर असलं पाहिजे, यात चेहऱ्यांबरोबरचं दात, डोळे, केस, त्वचा, हातापायांची बोटे आणि वर म्हटल्याप्रमाणे नखेही सौंदर्याच्या दृष्टीने महत्त्वाचे घटक मानले जाऊ लागले.

हे मान्य करायलाच पाहिजे की, चेहऱ्याला तजेलदार त्वचेसोबतच सुंदर निरोगी दात तितकेच सुंदर हसू बहाल करत असतात.

त्यामुळे तुमचं व्यक्तिमत्व प्रसन्न तर वाटतचं, पण प्रभावशालीही बनतं. काही कालावधीपूर्वी दातांचे सौंदर्यही निसर्गदत्त गोष्ट मानली जात होती.

कितीदा तरी सुंदर चेहऱ्याला दातांच्या ठेवणीने बाधा येईल, पण माझ्यासमोर असलेल्या तरुणवर्गाकडे मी सहज दृष्टीक्षेप टाकला, तर बहुतेकांना सुंदर दात लाभले होते.

याचं रहस्य काय? आज तंत्रज्ञानाने या क्षेत्रात केलेल्या प्रगतीचीही कदाचित पावती असेल.

दातांची चौकट बाहेर असणे, दंतरचना वेडीवाकडी असणे, दातांवर येणाऱ्या पिवळसर रंग या व अशा अनेक प्रकारच्या दातांच्या समस्यावर आज सहजतेने व सुलभतेने उपाय होताना दिसत आहेत. त्याचाच हा परिणाम असावा.

पूर्वी असं होतं का? घरातून दातांना एवढं महत्त्व दिल जात होतं का? त्या काळी दात स्वच्छ करण्याकरता राखुंडी वापरली जाई.

ब्रशवर टूथपेस्टच्या वापराचा तर प्रश्नच नव्हता. मला नाही वाटत पूर्वी आई वडील मुलांना रात्री झोपण्यापूर्वी दात स्वच्छ करण्याकरिता सांगत असतील. दातांची निगा राखण्याचे एक शास्त्र आहे. हे तेव्हा त्यांना माहितही नसेल.

त्याकाळी डेंटीस्ट फारसे नव्हतेच. दात दुखले किंवा किडले तर फॅमिली डॉक्टरकडूनच उपचार करून घेतले जात असतं.

आता तसं नाही, आता मात्र आई-वडील जास्त जागृत झाले आहेत. आज डेंटिस्ट्रीही मेडिकल सायन्समधील फार मोठी शाखा आहे.

डेंटल सर्जरी करून तुम्ही तुमच्या दातांची रचना बदलू शकता. वेडेवाकडे, बेढब दात सुंदर करू शकता.

थोडक्यात काय तर, आजच्या आधुनिक युगात प्रत्येक अवयवाचे सौंदर्य वाढवणे हे सहज सुलभ झाले असले तरी त्याचे खरे महत्त्व निरोगी असण्याला आहे.

सौंदर्य प्रसाधनांचा वापर कसा व किती करावा? याविषयी विचारले असता ज्या उत्पादनांमध्ये कृत्रिम रसायनांचा भाग खूप मोठा आहे, अशा सौंदर्यप्रसाधनांचा वापर शक्यतोवर अगदी कमीच करावा.

या दृष्टीने नैसर्गिक घटकद्रव्ये केव्हाही चांगलीच! दातांच्या मजबुती व निरोगीपणाच्या दृष्टीने विचार करता टूथपेस्ट मध्ये काय आहे? हे तुम्ही जाणून घेऊन मगच ती वापरली पाहिजे.

कारण घातक रसायनांचे दुष्परिणाम हे नक्कीच होत असतात. हे लक्षात घेऊनच आम्ही आमची 'विको' ची सर्वच उत्पादने आयुर्वेदिक व नैसर्गिक औषधांचा उपयोग करून बनवली आहेत.

त्यामुळे या उत्पादनांचा लोकांना फायदाच होतो आणि तोही कुठल्याही दुष्परिणामांशिवाय! दातांची ठेवण व रचना तर आपण या तंत्रज्ञानाच्या मदतीने बदलवू शकतो.

पण त्यांना दीर्घकाळाकरिता मजबुती देण्याचे काम करते, आपली टूथपेस्ट. म्हणूनच आपल्या टूथपेस्टची निवड विचारपूर्वक उघड्या डोळ्यांनी करणे महत्त्वाचे आहे.

3

स्त्री सौंदर्य

काही वर्षांपूर्वी मी माझ्या मित्रासोबत शास्त्रोक्त गायनाच्या कार्यक्रमासाठी गेलो होतो. अतिशय सुंदर, मस्त व धुंद असं वातावरण होतं. अशा कार्यक्रमाला येणाऱ्या श्रोत्यांचा दर्जाही वेगळाच असतो.

बायका तर नटून-थटून, साजशृंगार करून आलेल्या होत्या. सुवासिक फुलांचा दरवळ सर्वदूर पसरलेला होता. त्यात भर पडलेली होती, ती बॉडी स्प्रेच्या विविध सुगंधांची!

काही मिनिटांतच कार्यक्रमाची सुरुवात होणारी असल्यामुळे, वातावरण काहीसं शांत झालेलं होतं. माझा मित्र मला काहीतरी खुणेने दाखविण्याचा प्रयत्न करीत होता.

शेवटी तो म्हणाला, 'अरे यार! जरा पुढे बसलेल्या व्यक्तिकडे बघ'. माझ्या पटकन लक्षात आलं, आमच्या पुढच्या रो-मध्ये समोरच एक स्त्री बसलेली होती.

कोणालाही मोहात टाकेल असा तिच्या केसांचा डौल होता. सुंदर, मुलायम असा तिचा केशसंभार पाहून, आम्हाला नक्कीच आनंद झाला होता. क्षणभर आम्ही गाणं विसरून पहातच बसलो. अर्थातच त्या पाहण्यात केवळ कौतुक होतं.

जेव्हा आपण स्त्री सौंदर्याचा विचार करतो, तेव्हा अनेक गोष्टींचा अंतर्भाव असतो, त्यात तिचा चेहरा, दात, डोळे, रंग, त्वचा व केस याचबरोबर प्रामुख्याने दातांची ठेवण, त्यांचा एकसारखेपणा व पांढरा

शुभ्रपणा या सर्व गोष्टींचा उल्लेख येतो.

या सर्व गोष्टींमुळे स्त्रीचे व्यक्तिमत्त्व बदलून जाते व ती आधिकच आकर्षक बनते. तिचं हास्य मोहक बनवते.

आपल्या हास्याने समोरच्या माणसाला घायाळ करण्याची ताकत, त्या हास्यामध्ये असते.

मला मधुबाला फार आवडत असे, ते तिच्या अत्यंत मोहक हास्यामुळे! माधुरी दिक्षितच्या बाबतीतही हेच म्हणता येईल.

सुंदर दात ही निसर्गदत्त लाभलेली गोष्ट असली, तरी दातांची योग्य ती निगा राखावीच लागते. आपल्या आयुर्वेदात स्त्री सौंदर्याचा शास्त्र म्हणून अत्यंत विस्ताराने विचार केलेला आहे.

आमच्या 'विको'ची वज्रदंती पावडर व पेस्ट औषधी वनस्पतीपासून बनवलेली आहे. त्यात कृत्रिम रसायनांचा वापर केलेला नाही. त्यामुळे हिरड्या मजबूत होतात व दातांचं सौंदर्य वाढतं.

स्त्री सौंदर्यात भर घालणारं आमचं दुसरं उत्पादन म्हणजे 'विको टर्मरिक स्किन क्रीम'. त्वचा नितळ होण्यास हे क्रीम अत्यंत उपयोगी ठरलेलं आहे. सुंदर नितळ त्वचा, मोहक दात व मुलायम केस नक्कीच मोहात पाडतात.

मला वाटतं आपण उगाचच केवळ गोरेपणाला फार महत्व देतो. लग्नाच्या बाजारात मुलगी गोरी असली पाहिजे, असा आग्रह अनेकदा धरला जातो, तो खरं तर चुकीचा आहे.

4

प्रसाधने व आरोग्य

सर्वसाधारणपणे प्रत्येक व्यक्ती आपले सौंदर्य खुलविण्याकरिता सतत प्रयत्नशील असते. त्याकरिता 'त्वचेची उत्तम निगा' हा यातील एक महत्त्वपूर्ण भाग आहे.

आजकाल बाजारात सौंदर्य खुलविण्याकरिता विविध आधुनिक उत्पादने उपलब्ध आहेत. पण ती उत्पादने वापरतांना 'त्यातील काही घटकांचे दुष्परिणाम तर होणार नाहीत ना!' याची काळजी घेणे ओघाने आलेच. बाजारात हल्ली अनेक प्रकारची सौंदर्यप्रसाधने नित्यनेमाने येत आहेत सहजतेने सर्वांकरिता उपलब्धही होत आहेत. त्यापैकी काही अतिशय महाग, ब्रँडेड व उत्तम दर्जाची आहेत, तर काही अत्यंत सुमार व स्वस्त दर्जाचीही आहेत.

आपल्या त्वचेनुसार कोणत्या सौंदर्यप्रसाधनांचा वापर करायला हवा. हे गणित बरेचदा अनेकांना समजत नाही आणि जमतही नाही. आपल्या त्वचेचा रंग आणि त्वचेचे आरोग्य यांचा एकमेकांशी संबंध नाही, हे आधी आपण लक्षात घेणे आवश्यक आहे. फक्त गोरा रंग व काळा रंग असेल, तरच त्यांनी त्वचेची काळजी घेणे आवश्यक आहे हा भ्रम दूर व्हायला हवा. त्वचेचे सौंदर्य हे त्वचेच्या रंगात नसून, ते त्वचेच्या नितळपणात, स्वच्छतेत आणि निकोप असण्यात आहे. अनेक लोकांना (खास करून स्त्रियांना) त्यांच्या सावळेपणाचा किंवा काळेपणाचा कुठेतरी एक सुप्त कॉम्प्लेक्स असतो.

प्रथम हा न्यूनगंड काढून टाकून, त्वचेच्या निकोपतेकरिता त्वचेची उत्तम काळजी घेणे गरजेचे आहे. याकरिता तयार सौंदर्यप्रसाधने वापरण्यास सोपी आणि वेळेची बचत करणारे असल्याने, त्यांचा वापर करण्यास हरकत नाही, पण प्रथितयश ब्रँड्स, तुमच्या त्वचेचा पोत (कोरडी, तेलकट किंवा सामान्य त्वचा) आणि तुमचे बजेट याचा विचार करूनच ही सौंदर्यप्रसाधने निवडावी लागतील.

हल्ली तर 'हर्बल' या नावाखाली काय वाट्टेल ते खपवण्याचा चंग अनेक लोकांनी बांधलेला दिसतो. त्यामुळे 'हर्बल लिहिलेले दिसले म्हणजे ते आयुर्वेदिकच असणार!' असा समज कृपया करु नये. किंबहुना, हर्बल या नावाने विकल्या जात असलेल्या अशा नवनवीन सौंदर्यप्रसाधनांची अत्यंत विचारपूर्वक निवड करावयास हवी. शक्यतो पूर्वापार चालत आलेल्या ब्रँडची प्रसाधने वापरणे हे केव्हाही उत्तम. एखादा नवीन ब्रँड बाजारात आल्यानंतर, त्याची संपूर्ण माहिती करून घेतल्याशिवाय त्वरित वापर करू नये. त्याचप्रमाणे सौंदर्यप्रसाधने खरेदी करतांना, त्याचा उत्पादन दिनांक अवश्य पहावा. अनेक दिवस ठेवलेली जुनी कॉस्मेटिक्स वापरणे कटाक्षाने टाळावे. कुठलेही नवीन कॉस्मेटिक वापरताना ते त्वचेला अनुरूप आहे का? त्यातील घटकद्रव्ये आपल्या त्वचेला सहन होतील का? हे बघणे आवश्यक आहे.

याकरिता कुठलीही सौंदर्यप्रसाधने वापरण्याअगोदर त्याची स्किन टेस्ट करून घ्यावी. स्किन टेस्ट केल्याशिवाय त्याचा एकदम वापर सुरू करू नये. काहींची त्वचा अलर्जीक असू शकते. विशेषतः हेअरडाय, क्रीम्स आणि आयलायनर्स यांची खरेदी अत्यंत सावधपणे करावयास हवी. खरं म्हणजे प्रसाधनं ही सौंदर्यवृद्धीसाठीच तयार केलेली असतात, पण त्याकरिता आपण त्यांचे दुष्परिणाम काय होऊ शकतात, हे आपण लक्षात घेणे गरजेचे आहे. जर आपण हे लक्षात घेतले नाही, तर त्याच सौंदर्यप्रसाधनांपासून सौंदर्यवृद्धीऐवजी त्रासही संभवू शकतो. म्हणूनच नेहमी वापरात असलेले, ब्रँड एकदम बदलवून संपूर्ण माहितीशिवायं दुसरी प्रसाधनं वापरू नयेत. तसे केल्यावर जर त्वचेवर काही अनपेक्षित चमत्कारिक असे बदल दिसले, तर प्रसाधनं वापरणे लगेच बंद करून, त्वचारोगतज्ञांचा सल्ला घेणे कधीही इष्ट!

5

हवीशी नितळ कांती

ऋतू कोणताही असो, प्रत्येक ऋतूमध्ये त्वचेची काळजी घेणं हे तेवढंच आवश्यक असतं. धावपळीच्या आजच्या जीवनशैलीत प्रदूषण, धूळ, कडक ऊन अशा एक ना अनेक कारणांमुळे अनेकांच्या चेहऱ्यावरचं तेजचं हरवलेलं दिसतं. परंतु वयानुसार त्वचेची योग्य काळजी घेतल्यास खूप काळपर्यंत त्वचा तजेलदार राहीलच, पण त्वचेवर डाग आणि सुरकुत्या पडणार नाहीत. आपल्या व्यक्तिमत्त्वाची परीक्षा करणाऱ्या अनेकविध बाबी असतात.

त्यातच आपली कांतीमान त्वचा ही इतरांचे लक्ष वेधून घेत असते. एका विशिष्ट वयात त्वचेवर असलेली चमक पुढेही टिकून राहावी, यासाठी त्वचेची काळजी घेणे आवश्यक असते.

सध्याच्या काळात सौंदर्याचा परीघ बराच विस्तारलेला आहे. त्वचेचे सौंदर्य हे फक्त त्याच्या गोऱ्या रंगावर अवलंबून नसून खरं तर ते त्वचेच्या आरोग्यावर अवलंबून असतं.

म्हणूनच केवळ सौंदर्य म्हणून त्वचेची निगराणी करण्याऐवजी, त्याचं आरोग्य आणि सौंदर्य दोन्ही टिकून राहावं यासाठी आपण काही बाबी जाणून घेतल्या पाहिजेत. त्वचेची नियमित देखभाल करणं हे अत्यंत आवश्यक असतं, तसंच ती योग्य पद्धतीनं होणंही तेवढंच गरजेचं आहे. त्यात प्राथमिक पण महत्त्वाची पध्दत म्हणजे त्वचेचा कोरडेपणा टाळणे अर्थातच 'मॉइश्चरायझिंग'.

प्रत्येक प्रकारच्या त्वचेला मॉइश्चरायझिंगची आवश्यकता असते. मॉइश्चरायझर हे त्वचेमध्ये नैसर्गिक आर्द्रता आणण्याचे काम करते.

कोरडी त्वचा अधिक नरम आणि मुलायम होण्यासाठी आवश्यक असणाऱ्या मॉइश्चरायझिंगची कमतरता निर्माण झाल्यास, त्वचा अधिकच रुक्ष आणि पांढरी दिसू लागते.

त्यामुळे शक्यतो त्वचा कोरडी असेल तर मॉइश्चरायझर क्रीम वापरावे, सामान्य त्वचेसाठी लोशन वापरावे, तर तेलकट त्वचेसाठी जेल स्वरूपात मॉइश्चरायझर वापरायला हवे.

त्वचेला परिपूर्ण पोषण मिळण्यासाठी आणि त्वचेचा पोत कोमल राखण्यासाठी तिची योग्य प्रकारे काळजी घेणे गरजेचे आहे.

याकरिता ऋतू कोणताही असला तरी त्वचेवर जास्त काळ टिकणारे मॉइश्चरायझर वापरावे. मॉइश्चरायझिंगचे घटक त्वचेवर बराच काळ रहातात आणि त्वचेचे संरक्षक म्हणून काम करतात.

'विको' लॅबोरेटरीजने नुकतेच आपले 'विको टर्मरीक क्रीम इन ऑइलबेस मॉइश्चरायझिंग' बाजारात आणले आहे.

हळदीच्या गुणांनीयुक्त असे हे आयुर्वेदिक मॉइश्चरायझिंग आपल्या त्वचेला मॉइश्चराइझ तर करतेच, पण नैसर्गिकरित्या पोषणही देते. तुम्ही चेहऱ्याला जी प्रसाधनं लावता त्यामुळे तुमचं सौंदर्य तर नक्कीच जपलं जातं, शिवाय चेहऱ्याच्या त्वचेचा मुलायमपणा, चमक आणि फ्रेश लुक केवळ त्वचेच्या पोषणानेच कायम टिकून राहतो. हे मॉइश्चरायझर त्वचा साधारण आर्द्र वा ओलसर असते तेव्हाच लावावे, त्यामुळे त्याचा अधिक लाभ होतो.

6

घरगुती फेस पॅक

भारतीय सनातन संपत्ती म्हणजे आयुर्वेद! या आयुर्वेदशास्त्राची परंपरा अतिशय प्राचीन आहे.

वेदाचा उपवेद म्हणून ओळख असणारे आयुर्वेदशास्त्र हजारो वर्षांपासून आरोग्य टिकविण्याचे आणि रोगमुक्तीचे काम करीत असतांना आपण सर्वांनी मिळून हा वारसा टिकविण्यातच सर्वांचे हित आहे.

जीवन जगण्यासाठी व जीवन सुखी करण्यासाठी हे शास्त्र किती महत्त्वाचे आहे? याचे काही तंतोतंत गणित मांडता येत नसले, तरी त्याची पारख मात्र आपणांस करताच आली पाहिजे.

बाहेरून आलेले अनेक महाभाग आपल्या शरीरास हानिकारक असूनही, केवळ जाहिरातींच्या जोरावर आपल्या उत्पादनांद्वारे येथील बाजारपेठ बळकावून, स्वतःचे उखळ पांढरे करून घेत असताना, आपण जागरूक असणे अतिशय आवश्यक आहे.

आपली शास्त्रे, आपली परंपरा, आपल्यावर प्रेम करणारी वडिलधारी मंडळी, आपल्या देशातील विचारवंत यांनी सांगितलेल्या गोष्टी या जुनाट आणि बुरसटलेल्या विचारांच्या आहेत, असे म्हणत त्यांना नावं ठेवणारे, त्यांच्याकडे कानाडोळा करणारे तथाकथित उच्चभ्रू अलिकडे बोकाळले आहेत.

जाहिराती व प्रसारमाध्यमांनी दिलेला सल्ला परमेश्वरी संकेतासारखा ग्राह्य मानणारे, अनेक हुशार महाभाग या आपल्या देशात आहेत.

अशा अनेक तथाकथित आयुर्वेदिक उत्पादकांच्या जाहिराती इतक्या भडक असतात की, जाहिरातींमधून जे काही दाखवले जाते, त्याला बळी पडून, 'तेच जणू काही तेच या आधुनिक जीवनाचे सारं आहे' असे समजून, नवनवीन पण चुकीच्या कल्पनासुध्दा लोकांकडून आचरणात आणल्या जातात.

हे सर्व करून सदृढ आरोग्य, निखळ सौंदर्य आणि तजेलदार निरोगी त्वचा आपल्याला लाभेल अशी जर आपली समजूत असेल, तर तो आपला गैरसमजही ठरू शकतो.

त्यामुळे भडक आणि अतिरंजीत कॉस्मेटिक जाहिरातींकडे लोकांचा कल वाढू लागलेला आहे. हे पाहता 'काय खरे व काय खोटे, आरोग्यासाठी काय हितावह आणि काय धोकादायक', ही आयुर्वेदाची तत्वे लक्षात ठेवली, तर आपणांस नक्कीच समजू शकेल.

कुठलाही दर्जा नसतांना केवळ जाहिरातींमुळे विकल्या जाणाऱ्या उत्पादनांपेक्षा, वनौषधी आणि आयुर्वेदावर आधारित उत्पादने वापरणे कधीही हिताचेच ठरेल.

म्हणूनच आपल्या त्वचेनुसार 'होममेड फेस पॅक' म्हणजेच घरगुती मुखलेप तयार करून, घरच्या घरीच या सौंदर्य समस्यांचं निराकरण करता येणे शक्य आहे.

7

आयुर्वेदिक फेशियल

आयुर्वेदिक फेशियलची सुरुवात ही कोमट पाण्याचा वाफारा घेण्यापासून होते. कडुनिंबाची पाने आणि कापराचे थेंबभर तेल पाण्यात टाकून अंदाजे पाच मिनिटं हा वाफारा घेतला जातो.

यानंतर चेहरा, गळा, खांद्याच्या वरच्या भागावर विशिष्ट पध्दतीने तेलाचा हलकासा मसाज केला जातो. नंतर त्रिफळाचे पाणी किंवा गुलाबजलमध्ये भिजवलेल्या कापसाने चेहरा पुसून, त्वचेच्या प्रकारानुसार व प्रकृतीनुसार अनुकूल मुखलेप लावला जातो.

हा मुखलेप वाळायला सुरुवात झाली की, कोमट पाण्याच्या मदतीने काढून घेऊन, चेहऱ्याला थोडे तेल लावून गरम पाण्यात भिजवलेल्या टॉवेलने चेहरा झाकून ठेवला जातो व नंतर पुसून घेतला जातो.

स्त्री असो वा पुरुष, 'आपण सुंदर दिसावं!' अशी प्रत्येकाचीच इच्छा असते. त्यामुळे निरोगी त्वचेचे सौंदर्य टिकवण्यासाठी व अधिक खुलविण्यासाठी विविध सौंदर्योपचार केले जातात. हे सौंदर्योपचार नैसर्गिक घटकांनी केल्यास, ते अधिक सुरक्षित असतात. यासाठी काही सहज, सोपे व सुरक्षित उपाय आयुर्वेदात सांगितले आहेत.

चेहऱ्यावरील पिंपल्सकरिता, दोन ग्लास पाण्यात पुदिन्याची ताजी पाने टाकून पाणी उकळवा, व आटून अर्धं झाले की गाळा फ्रिजमध्ये ठेवा. दिवसातून किमान तीन ते चार वेळा या पाण्याने चेहरा स्वच्छ करा. याने फायदा होतो.

मुलतानी मातीमध्ये टोमॅटो व पुदिन्याचा रस मिसळून तयार केलेला पॅक नियमित चेहऱ्यावर लावल्यास पिंपल्सची समस्या दूर होते व चेहऱ्यावरील डागही जातात.

कडूनिंबाची पाने सुकवा. त्यात पाच-सहा लवंगा घाला. मग थोडी उडीद, मसूर व चनाडाळ चिमूटभर हळद, थोडी चंदन पावडर व मुलतानी माती टाकून मिश्रण करा.

या मिश्रणाची पावडर करून ठेवा. ही पावडर टोमॅटोच्या गरात भिजवून, ती पेस्ट रोज दहा मिनिटे लावून स्क्रब करा. पिंपल्समुळे पडलेले चेहऱ्यावरील डाग कमी होतील.

चेहऱ्यावरील पुरळांकरिता, पपईच्या गरात पाव चमचा कडुनिंबाची पावडर, पाव चमचा खसखस पेस्ट, एक चमचा चंदन पावडर व अर्धा चमचा मुलतानी माती मिसळून, हलक्या हाताने चेहऱ्यावर चोळून लावून ठेवली व सुकल्यानंतर, दहा मिनिटांनी थंड पाण्याने चेहरा धुतला तर चांगला फायदा होतो.

अर्धा चमचा ओट्स, अर्धा चमचा बेसन, चिमुटभर हळद, लिंबाचा रस आणि गुलाब पाणी एकत्र करून ही पेस्ट दहा ते पंधरा मिनिटे चेहऱ्याला लावून ठेवली व नंतर चेहरा धुतल्यास मुखकांती अतिशय तजेलदार होत असल्याचे दिसून येईल.

प्रत्येकाची त्वचा वेगळी असते. या त्वचेच्या पोतानुसारही वेगवेगळे असे अनेक उपाय आयुर्वेदात सांगितले आहेत.

8

सौंदर्य रंगात नसते

एकूणच आपण गोरेपणाला काहीसं अवाजवी, अवास्तव महत्त्व देतो. मुलाकरिता मुलगी पाहताना 'ती गोरी असली पाहिजे', ही आपली पहिली अट असते.

मला आठवतंय, आपला सुनील गावसकर एकदा उद्वेगाने म्हणाला होता, 'आम्ही गोरा माणूसं म्हटला की, जास्तच विनम्र होतो, आम्ही आमची लिगंसी विसरत नाही'.

त्याचा इंग्लंडवर राग होता व तो अनेक वेळा उफाळून येत असे. गोरेपणावर आपलं असलेलं प्रेम आपण अनेक प्रकारे व्यक्त करतो. ते उत्पादनाच्या जाहिरातींमधूनही डोकावतं.

बाजारात आलेली अनेक क्रिम्स 'वापरा आणि पहा तुम्ही तुमचं गोरेपण' अशा प्रकारची जाहिरात करीत असतात. या जाहिरातींवर बंदी घातली पाहिजे, असा विचार मध्यंतरी काहींनी बोलून दाखविला होता.

गोरेपणं हे काही स्त्री सौंदर्याचे एकमेव लक्षण नाही, हे काही आपण लक्षात घेत नाही. तुम्ही खूप गोरे असाल पण तुमची त्वचा निस्तेज दिसत असेल तर काय उपयोग या गोरेपणाचा? 'ब्लॅक कॅन बी ब्युटीफूल' हे आम्ही लक्षातच घेत नाही.

निग्रो रंगाने फार काळे असतात. त्यांच्या स्त्रियाही तितक्याच काळ्या असतात, पण तरीही दिसायला त्या आकर्षक असतात. त्यांचा बांधा सुडौल असतो.

स्त्रीचे सौंदर्य केवळ रंगातच नसतं, त्यात अनेक विभिन्न घटक अंतर्भूत असतात. पण ते सामान्य माणूस कधी पहातच नाही.

आपल्याकडे 'वडारी' असा एक समाज आहे. या समाजातली सरसकट माणसं, पुरुष व स्त्रियाही रंगाने काळ्या असतात, परंतु रंगाने काळ्या असलेल्या या स्त्रिया अप्रतिम सुंदर दिसतात.

अगदी एखाद्या शिल्पकाराने त्यांना पाहून कोरीव शिल्प बनवावं. मला एवढचं म्हणायचंय, गोरा रंग म्हणजे 'It is not everything...'

'विको'च्या क्रिम ची जाहिरात करताना आम्ही म्हणतो, 'ती तुम्हाला तजेलपणा बहाल करते'. तुमची त्वचा नितळ व निरोगी होते व एक प्रकारचा ताजेपणा त्यात दिसून येतो.

म्हणून म्हणतो, 'बायांनो आपली सून निवडतांना गोरेपणा हा एकमेव निष्कर्ष असू देऊ नका'. लक्षात असू दे की मन आणि संस्कार तुम्हाला अंतर्बाह्य सुंदर बनवू शकतात.

९

त्वचा निरोगी राखा

गोरी गोरी पान फुलासारखी छान!" ही कविता लहानपणापासून आपण ऐकली आहे. सण समारंभात व एखाद्या कौतुक सोहळ्यात आपल्या मुलींचे व नातींचे कौतुक करताना, गोऱ्या रंगाचा हमखास उल्लेख वयस्करांकडून होतानाही आपण ऐकला असतो.

याच गोऱ्या रंगाचा महिमा टीव्हीवरील अनेक जाहिरातींमधून अवास्तव अतिरेकी प्रमाणात दाखविला जातो.

काळ्या, सावळ्या रंगामुळे निराश झालेली तरुणी मलुल होऊन आरशात स्वतःला न्याहळताना, तिच्यासमोर अचानक एक फेअरनेसची ट्यूब येते.

मग पाच दिवसांत ती तरुणी गोरीपान झाल्याचे दाखवून, तिच्या चेहऱ्यावर आत्मविश्वास तरळताना दाखविले जाते.

तिच्याच मागोमाग दुसरी जाहिरात येते, पुरुषांकरिताही 'फेअर अँड हँडसम करणाऱ्या क्रीमची!'

आता स्त्रियाचं नाही तर पुरुषही या क्रीममुळे कसे हँडसम दिसायला लागतात, हे ती जाहिरात सांगून जाते.

सांगण्याचा मुद्दा असा की, अगदी बालवयापासून आपल्या कोवळ्या मनावर 'गोरी त्वचा हेच खरे सौंदर्याचे प्रतीक आहे!' असे बिंबवले जाते.

जसजसे आपण मोठे होत जातो, तसतसे टीव्हीवरील जाहिरातींमधूनही तेच पाहिले जाते. मग सावळ्या रंगाच्या मुलींच्या मनात एक प्रकारचा न्यूनगंड निर्माण होऊ लागतो. 'हो मी आहे सावळी! मग काय झाले?

आम्हाला आमच्या रंगाचा अजिबात न्यूनगंड नाही, कारण जे आहे ते नैसर्गिक आहे. त्यात न्यूनगंड वाटण्यासारखे काय आहे?' असे या मुलीने आत्मविश्वासाने ठासून सांगणे गरजेचे आहे.

कारण त्वचा गोरी आहे की काळी यावर त्वचेचे निरोगी असणे व ती स्वस्थ असणे अवलंबून नाही, तर 'त्वचेचे उत्तम पोषण' हे जास्त महत्त्वाचे आहे.

कारण त्वचा ही निरोगी व स्वस्थ असेल, तरच ती अधिक तजेलदार, चमकदार आणि सुंदर दिसेल. याकरिता खालील उपाय फायदेशीर ठरू शकतात. त्वचेच्या उत्तम पोषणाकरिता व्हिट्ॅमिन 'सी' भरपूर प्रमाणात घेणे गरजेचे आहे.

सूर्याच्या अल्ट्रा व्हायलेट किरणांमुळे त्वचेतील व्हिट्ॅमिन 'सी' नष्ट होते. लिंबाच्या रसाने ही होणारी नुकसान भरपाई भरून निघते. अर्ध कापलेले लिंबू त्वचेवर चोळल्याने त्वचेचा ओलावा तर वाढतोच पण त्वचेवरील सुरकुत्या कमी होण्यासही मदत होते.

यासोबतच भाजी आणि बीट यांचा रस शरीरातील पाण्याची कमतरता भरून काढतो. हे एक उत्तम अँटिऑक्सिडंट देखील आहे.

बिटाचा रस यकृताकरिता उत्तम मानला जातो. यकृतामध्ये जमा होणारे विषारी घटक हे त्वचेवर परिणाम करतात. त्यामुळे त्वचा निरोगी ठेवण्यासाठी यकृत स्वास्थ्य उत्तम असणे गरजेचे आहे.

त्याकरिता रोज बीटाचा रस घेणे उत्तम उपाय आहे. यासोबतच गाजर आणि टोमॅटो या दोन्हींचा रसही उपयुक्त ठरतो. दैनंदिन आहारात हिरव्या भाज्यांचे सेवन करणेही त्वचेकरिता फायदेशीर ठरते.

त्वचेला मुरमांपासून दूर ठेवण्यासाठी अँटिऑक्सिडंटचे प्रमाण वाढवावयास हवे.

त्याकरिता पूर्ण गडद रंगाच्या भाज्यांचा आपल्या आहारात समावेश केल्याने, आपली त्वचा निखरते आणि आकर्षक दिसते.

टोमॅटो अँटिऑक्सिडंटने परिपूर्ण असतात. यातील गुण सनबर्नपासून आपल्या त्वचेची निगा राखतात व अँटिएजिंगच्या समस्यांचेही निराकरण करतात.

बदामाचे दूधही त्वचेकरिता उत्तम. दुधापासून प्रथिने आणि बदामापासून व्हिटॅमिन 'डी' आपणांस मिळते.

या घटकांचा शरीरातील इतर भागांसह त्वचेला देखील लाभ होतो. ग्रीन टीमध्येही अँटीऑक्सिडंटस् भरपूर प्रमाणात असतात.

ते पूर्ण शरीरासाठीच आवश्यक आहे. चांगल्या आरोग्यासाठी नियमित व्यायाम तर आवश्यक आहे.

जॉगिंग वा नुसते पायी चालण्यानेही रक्ताभिसरण सुधारते, चरबी कमी होऊन, त्वचेतील टॉक्सिन्सदेखील बाहेर पडतात.

पुरेशी झोप घेणेही आवश्यक आहे. जेव्हा आपण झोपतो तेव्हा त्वचेमध्ये नवीन कॉलेजन (शरीरातील एक सामान्य प्रथिन) बनतात. जे 'फ्री रेडिकल डॅमेज रिपेअर' करतात.

तणाव आपल्या त्वचेवर नकारात्मक परिणाम करतो. ध्यान धारणा हाही एक चांगला उपाय आहे. त्यामुळे मनावरील ताण कमी होतो. त्यामुळे हार्मोन्सचे संतुलन होते. रक्तदाबही नियंत्रणात राहतो. याचा परिणाम निश्चितच आपल्या त्वचेवर दिसून येतो.

10

रंग की निरोगीपण?

शहरांतच नाही गावांमध्येही एक मोठी समस्या आढळून येते, ती म्हणजे त्वचेला गोरे करण्याची स्पर्धा! याबाबतीत वर्तमानपत्रात एक बातमी वाचण्यात आली, 'आपले बाळ गोरे दिसावे, म्हणून एक आई अंघोळीच्या वेळेस आपल्या तान्हुल्याला चक्क दगडाने घासत होती'.

आपण सुंदर दिसण्याकरिता प्रयत्न करणे हे मान्य आहे! पण केवळ गोरे दिसण्याकरिता गैरसमजावर आधारित असे जीवघेणे प्रकार? हे चुकीचे नाही का? केवळ गोरी त्वचा म्हणजे सुंदर दिसणे नाही, सुंदर दिसण्याकरिता गोऱ्या रंगापेक्षाही निरोगी त्वचा असणे जास्त महत्त्वाचे आहे. हे सत्य समजून घेणे गरजेचे आहे.

सुंदर व निरोगी त्वचा म्हणजे गोरा रंग असे समीकरण सध्या रूढ होतांना दिसते आहे. समाजात 'गोऱ्या त्वचेचा हव्यास आणि मग त्याकरिता वाटेल ते प्रयास' करणारे अनेक महाभाग आपण पाहत असतो. आपल्या वयाच्या मित्र-मैत्रिणींच्या मतांमुळे म्हणा किंवा सामाजिक दबावामुळे म्हणा, गोरे दिसण्यासाठी आजचे तरुण-तरुणी कित्येक प्रकारच्या उत्पादनांना बळी पडताना दिसून येतात.

गोरे बनविण्याचा दावा करणारी भरपूर उत्पादने आज बाजारात सहज उपलब्ध आहेत. त्यांच्या वापराने रंग खरोखरच गोरा होतो का? त्याचे काही दुष्परिणाम तर त्वचेवर होणार नाहीत ना!' अशा प्रश्नांचा विचारच ही मंडळी करीत नाही.

केवळ प्रतिष्ठित तारकांना या उत्पादनांचा प्रचार करताना पाहून, अशा आकर्षक जाहिरातींवर विश्वास ठेवला जातो.

मग संपूर्ण माहिती करून न घेता, गोरे होण्याच्या नादात लोक स्टिरॉइड मिश्रित क्रीम्स वापरू लागतात. या क्रीम्सच्या वापरामुळे अनेक समस्या निर्माण होतात.

उदाहरणार्थ चेहऱ्यावर मोठे फोडं येणे, तारुण्यपिटिका येणे, त्वचेची जळजळ होणे किंवा काही दिवसांच्या वापरानंतर चेहरा काळा पडणे इत्यादी.

अशा स्टिरॉइडमिश्रित क्रिम्सची बाजारातील सहज उपलब्धता व वाजवी किंमत यामुळे ही मुले याकडे सहज आकर्षिली जातात व त्याचे दुष्परिणाम मात्र नंतर दिसू लागतात.

या सगळ्या दुष्परिणामांकडे पाहून त्यावर उपाययोजना करण्यासाठी व ही परिस्थिती बदलण्यासाठी, IADVL (इंडियन असोसिएशन ऑफ डर्मेटॉलॉजिस्ट, व्हेनेरिऑलॉजिस्ट अँड लेप्रॉलॉजिस्ट) ने एक कार्यक्रम तयार केला आहे.

०६ एप्रिल हा दिवस "जागतिक त्वचा दिन" म्हणून घोषित करून, त्या निमित्ताने 'निरोगी त्वचा कशी असावी?' हे सांगताना अशा उत्पादनांचा होत असलेला गैरवापर जनतेला समजावून देणे हेच IADVL (इंडियन असोसिएशन ऑफ डर्मेटॉलॉजिस्ट, व्हेनेरिऑलॉजिस्ट अँड लेप्रॉलॉजिस्ट) चे खरे उद्दिष्ट आहे.

त्याअन्वये "फक्त गोरी त्वचा ही सौंदर्याचे प्रतिक नसून, त्वचा निरोगी असणे हे जास्त महत्त्वाचे आहे", हे जनमानसांपर्यंत पोहचविण्यासाठी त्यांचे प्रयत्न चालू आहेत.

आपल्या चांगल्या आरोग्यासाठी त्वचेची महत्त्वपूर्ण भूमिका आहे, हे आपण जाणतोच. त्यामुळे आरोग्य स्वास्थ्य उत्तम राखण्यासाठी, आपण आपल्या त्वचेची निगा राखणे खूप गरजेचे आहे.

अपूर्ण पोषण सूर्यप्रकाशाची किरणे, मानसिक तणाव आणि प्रदूषण हे देखील त्वचेचा रंग खराब करतात व त्वचेवर सुरकुत्या निर्माण करतात. परंतु याकरिता घातक क्रीमचा वापर करण्यापेक्षा यावर काही हमखास असे आयुर्वेदिक उपाय आहेत, ते पाहू.

11

त्वचेचे प्रकार

चेहऱ्याचा मसाज ही प्रत्येक व्यक्तीच्या प्रकृती व सौंदर्याबाबत अत्यंत महत्त्वपूर्ण बाब आहे. चेहऱ्याचा नियमीत मसाज केल्याने सर्वांनाच अनेक महत्त्वपूर्ण फायदे होतात.

व्यक्ती स्त्री असो वा पुरुष, चेहऱ्याच्या स्नायूं मधले रक्ताभिसरण उत्तम घडून येऊन त्वचेचा पोत, रंग म्हणजेच वर्ण व कांती सुधारणे हा चेहऱ्याचा मसाज करण्यामागील मुख्य उद्देश असतो.

याशिवाय आपल्या चेहऱ्यावर असे अनेक बिंदू असतात ज्यांना योग्य प्रकारे उत्तेजित केल्यास आपले विविध अवयव अधिकाधिक सुदृढ व सुडौल बनायला मदत होते. थोडक्यात चेहऱ्याची नीट निगा राखण्याने सर्वांगीण आरोग्य सांभाळणेही सहज शक्य होते.

मात्र, चेहऱ्याचा मसाज करण्याआधी आपली त्वचा कोणत्या प्रकारात मोडते हे समजून घेणे अतिशय महत्त्वाचे आहे. कारण बाजारात त्वचेचा मसाज करायला वापरली जाणारी उत्पादने असंख्य सापडतात, पण आपण त्यातले कोणते चेहऱ्याच्या मसाजसाठी वापरावे हे मात्र आपल्या त्वचेच्या प्रकारावरूनच आपल्याला कळते.

चुकीच्या उत्पादनाचा वापर केल्यास हवा तितका फायदा होताना दिसत नाही, पण त्वचेच्या प्रकारानुरुप गोष्टींनी चेहऱ्याचा मसाज केल्यास चेहरा अधिकच खुलून दिलतो.

1. **सामान्य त्वचा:-** यामध्ये त्वचेचा पोत एकसमान असतो. फार तेलकट नाही, फार कोरडी नाही अशी ही त्वचा. आवश्यक ओलावा असणारी,कोणत्याही प्रकारचे दाग, धब्बे व मुरूमं नसणारी अशी ही त्वचा असते. अशा निरोगी त्वचेला 'सामान्य त्वचा' असे म्हटले जाते. सामान्य त्वचा लाभणे हे वरदानच म्हणावयास हवे. फारच कमी लोकांची अशी त्वचा दिसून येते.

2. **कोरडी त्वचा:-** मऊ पण सुरकुतलेली, सैल, ओढल्यासारखी कोरडी कांती, तीही प्रभावी नसेल तर तिला 'कोरडी त्वचा' असे म्हणतात. काही लोकांची त्वचा मुळातच कोरडी असते, तर साबणाचा अती-वापर, किंवा प्रखर उन्हात बराच वेळ काम करणे यामुळे त्वचा आणखी कोरडी होते. त्वचेचे पोषण करणारे पदार्थ, दूध, नारळ, सुकामेवा इत्यादींचे प्रमाण आहारात कमी असल्यानेही असे घडू शकते. औषधांचे दीर्घकाळ सेवन करण्यानेही त्वचा कोरडी होते.

3. **तेलकट त्वचा:-** त्वचेवर कायम तेलकट थर दिसून येतात, रोमछिद्रेही उघडी असतात. अशा त्वचेवर मुरूमं जास्त प्रमाणात येतात. विशेषत: सकाळी उठल्या-उठल्या या व्यक्तींच्या चेहऱ्यावर जरा जास्तच प्रमाणात तेलकटपणा दिसून येतो. काही व्यक्तींमध्ये निसर्गतःच अशी त्वचा असते कधी कधी तो त्यांच्या अनुवंशिकतेचा भागही असू शकतो. पण काही लोकांमध्ये मात्र संप्रेरकाच्या असंतुलनामुळेही त्वचेचा तेलकटपणा वाढतो. तेलकट त्वचेकरिता आहारही कारणीभूत ठरतो. अति तेलकट, तिखट वा मसालेदार पदार्थ खाल्ल्यानेही त्वचा आणखी तेलकट होते.

4. **संमिश्र त्वचा:-** या प्रकारात चेहऱ्याचा काही भाग कोरडा असतो तर काही भाग सतत तेलकट असतो. विशेषत: नाक आणि हनुवटीच्या ठिकाणच्या त्वचेत तेलकटपणा जास्त प्रमाणात आढळून येतो. कपाळ आणि गालाच्या ठिकाणी कोरडेपणा असलेला दिसून येतो. अनेक लोकांत संमिश्र त्वचा असलेली दिसून येते.

त्वचेचे हे प्रकार पाहिल्यानंतर आता आपल्याला आपल्या त्वचेचा नेमका प्रकार ओळखून त्यानुसार मसाज करता येईल.

12

त्वचेची निगा

त्वचेची निगा किंवा काळजी घेताना आपण प्रथम घरगुती सौंदर्यप्रसाधनांचा वापर कसा करावा हे जाणून घेतले पाहिजे.

त्वचेच्या आरोग्यासाठी खालील पध्दतीने त्वचेवर काम होणे उत्तम.

1. स्क्रबिंगः त्वचा हळुवारपणे घासून त्वचेवरचा मळ व जुन्या त्वचेचा थर अलगदपणे काढणे.

2. क्लीनजिंगः त्वचेवरचे सर्व अनावश्यक घटक व थर स्वच्छ करून काढून टाकणे.

3. फेशियलः फेशियल म्हणजे अनुलेपन. म्हणजेच तुम्हाला आवश्यक असलेल्या प्रसाधनांचे चेहऱ्यावर केलेले लेपन.

4. टोनिंगः टोनिंग म्हणजे त्वचेचे स्तरसमायोजन. यात वरील सर्व गोष्टींनी घडलेल्या त्वचेमधील घडीमोडींनंतर त्वचेच्या विविध थरांना स्थिरावायला सहाय्य करणे.

या मुख्य प्रकारांनी त्वचेची उत्तम काळजा घेता येते. पंधरा दिवसातून किमान एकदातरी त्वचेची अशी काळजी घेतल्यामुळे त्वचा सुंदर दिसण्यास मदत होते आणि आपल्यालाही ताजेतवाने वाटते.

या सर्व कृती शास्त्रशुध्दपणे समजत त्यांचे फायदे समजून घेऊया.

- १. स्क्रबिंग म्हणजे त्वचा हळुवारपणे घासून साफ करणे.

ही आपली पूर्वापार परंपरा आहे. उटणे, वाळा, चंदन, हळद, नागरमोथा अशा अनेक औषधी वनस्पतींच्या साह्याने आपण घरगुती उटणे बनवून त्याचा वापर आठवड्यातून एक किंवा दोन वेळा आंघोळीपूर्वी संपूर्ण शरीराला लावण्यासाठी करू शकतो.

उटणे दुधात किंवा पाण्यात मिसळून त्याची जाडसर पेस्ट बनवून ती अलगदपणे संपूर्ण त्वचेवर घासून, त्यानंतर कोमट पाण्याने अंघोळ केल्यास त्वचेवरील मृतपेशींचा थर निघून जातो. रंध्रेही मोकळी होतात आणि रक्ताभिसरण उत्तम होण्यास मदत होते.

- २. क्लीनजिंगः त्वचेवरचे सर्व अनावश्यक घटक व थर स्वच्छ करुन काढून टाकणे.

काही घरगुती पदार्थांचा वापर करून, आपण क्लिनजिंगही करू शकतो. लिंबाचा ताजा रस कापसावर घेऊन, त्याने त्वचा साफ करता येते. दूध हे ही एक उत्तम क्लिनजरचे काम करते.

क्लिनजिंगमुळे त्वचेच्या अगदी वरच्या थरात अडकलेले धूळ, प्रदूषित घटक साफ होऊन निघून जाण्यास मदत होते. त्वचेची रंध्रे मोकळी होऊन त्वचेला तेज येते.

- ३. फेशियलः फेशियल म्हणजे अनुलेपन.

त्वचेच्या आरोग्याची काळजी घेताना आपल्या त्वचेसाठी अत्यावश्यक असणारे घटक, बाह्य द्रव्यातून किंवा पदार्थातून फेशीयल या पध्दतीत प्रभावीपणे देऊ शकतो.

फेशियल हा त्वचेच्या काळजीचा क्लिनझिंग व स्क्रबिंग नंतरचा महत्त्वाचा टप्पा आहे. पंधरा दिवसाच्या अंतराने म्हणजे महिन्यातून दोनदा आपण नियमितपणे अनुलेपन म्हणजे फेशियल करीत गेलात, तर तुमच्या त्वचेचा पोत आणि आरोग्य सुधारण्यास नक्की मदत होते.

- ४. टोनिंगः टोनिंग म्हणजे त्वचेचे स्तरसमायोजन.

तुमची त्वचा सामान्य असेल तर मुलतानी माती आणि दुधाचे मिश्रण, त्वचा तेलकट असेल तर चंदन, मुलतानी माती व पाणी यांचे मिश्रण आणि त्वचा कोरडी असेल, तर बदामाचे चूर्ण व दूध यांचे मिश्रण अशा अनेक विविध प्रकाराने अनुलेपन करून आपण आपली त्वचा तजेलदार बनवू शकता.

यासोबतच फळांचे गरही वापरू शकता. उदाहरणार्थ पपई, आंबा, टोमॅटो इत्यादी. सरतेशेवटी त्वचेवर बर्फाचा क्यूब फिरवून किंवा मग कोरफडीचा जेल लावून त्वचा टोन करावी आणि पुन्हा स्वच्छ धुऊन घ्यावी.

अशाप्रकारे चेहऱ्याचा मसाज महिन्यातून एकदा तरी करावा.

असे केल्याने चेहऱ्याची त्वचा निरोगी राहून कांती उजळते.

13

गोरे होताना सांभाळा

गोरेपणाच्या नादात सर्रास मिळणाऱ्या स्किन लाईटनिंग क्रिम्स वापरताना जागरुकता हवी.

सौंदर्यप्रसाधनांच्या व स्किन लाईटनिंग क्रीमच्या काही उत्पादनांमध्ये आजकाल सरसकट पारा (मर्क्युरी) वापरला जातो.

वास्तवात पारा आरोग्याला विघातक आहे. त्यामुळे काही देशांनी अशा उत्पादनांवर बंदी घातली आहे. हे असं असलं तरी अशी उत्पादने सहजासहजी बाजारात मिळतात.

याचं साधं कारण पारा वापरणं इतर रासायनिक माध्यमापेक्षा कमी खर्चाचं असतं!

एक गोष्ट मात्र खरी, ती म्हणजे सोप्स, क्रीम्स, क्लीनजिंग प्रॉडक्ट्स, मेकअप प्रॉडक्ट्स इत्यादी मध्ये, पारा कुठल्याही स्वरूपात जैविक किंवा अजैविक (Organic or inorganic) वापरला तरीही तो हानिकारकच असतो.

पारा शरीराला कसा अपाय करू शकतो हे आपल्याला पुढील गोष्टींवरुन स्पष्ट होईल.

सॉफ्ट क्रीम्स मध्ये वापरलेला पारा पाण्यात मिसळतो. हे सांडपाणी वातावरणात फेकले जाते. समुद्रालाही असे सांडपाणी कधीकधी मिळते. पारामिश्रित पाण्यामध्ये असलेले मासे जर खाल्ले, तर अप्रत्यक्षपणे हा पारा पोटात जातो.

विशेषत: गर्भवती महिलांनी असे मासे खाल्ले, तर त्याचा परिणाम जन्माला येणाऱ्या बालकाच्या नर्व्हस सिस्टीमवर होऊ शकतो व काही डिसऑर्डर्स निर्माण होतात. परीक्षणांती अशा प्रकारचे निष्कर्ष उघड झाले आहेत.

मध्यंतरी जागतिक आरोग्य संघटना (WHO) ने एक अहवाल तयार केला होता. या अहवालाप्रमाणे नायजेरिया, सेनेगल, टोगो, साऊथ आफ्रिका इत्यादी देशातील महिला त्वचेचे सौंदर्य वाढविण्यासाठी क्रिमचा मोठ्या प्रमाणावर वापर करतात.

भारतातील महिला याबाबतीत मागे नाहीत. अशा स्वरूपाची क्रीम वापरणाऱ्या महिलांना अनेक प्रकारच्या डिसऑर्डर्सना तोंड द्यावे लागते, हे अभ्यासांती आढळून आले आहे.

पारामिश्रित स्किन क्रीम वापरणाऱ्या अशा आयांनी जन्माला घातलेल्या नवजात बालकांना, म्हणजेच अशा आयांपोटी नुकत्याच जन्मलेल्या लहान मुलांनाही मग हॉस्पिटलमध्ये भरती व्हावे लागलेले दिसले आहे.

अनेक केस स्टडीज उजेडात आल्या. तपासणी अंती अशा केसेसमध्ये शरीरात आढळून आलेले पाऱ्याचे प्रमाण खूपच जास्त होते. त्यासाठी त्यांच्या युरीन व रक्ताची चाचणी घेण्यात आली होती व त्यामध्ये हे प्रमाण उघड झाले.

मर्क्युरी पॉइजनिंगच्या अशा केसेस आढळून आल्या आहेत. याचा शेवट दृष्टीदोष, ऐकू येण्याची क्षमता कमी होणे, चिडचिड होणे यामध्येही होऊ शकतो. तुम्ही अशी क्रिम्स वापरत असाल, तर लहान मुलांना त्यापासून दूरच ठेवलेले बरे!

कुटुंबातील एखादी व्यक्ती जर पारामिश्रित स्किन क्रीम वापरत असेल, तर त्याच्या श्वसनक्रियेमधून मर्क्युरीच्या वाफा बाहेर पडून त्याचा परिणाम लहान मुलांवर होऊ शकतो.

आपण जर वनौषधी व आयुर्वेदावर आधारित उत्पादने वापरली तर, हे सर्व दुष्परिणाम आपल्याला टाळता येतील!

14

हळद एक वरदान

मध्यंतरी एक मजेशीर बातमी पेपरात वाचली.

बातमी होती हळदी विषयी.

तुम्ही म्हणाल त्यात गंमत वाटावी, असं काय होतं? "हळदीचा औषध म्हणून वापर अमेरिका व जपान या दोन पुढारलेल्या देशात सुरू झाला आहे", असं त्या बातमीचं स्वरूप होतं.

हे वाचल्यानंतर काहीसं चमत्कारिक वाटलं. हळद गुणकारी आहे, हे तुम्हा आम्हाला चांगलंच माहिती आहे.

अगदी प्राचीन काळापासून आम्ही तिचा उपयोग रोजच्या जेवणात करीत आहोत.

या दोन प्रगत देशांनी हळदीच्या गुणधर्मांचा अभ्यास करून काही निष्कर्ष काढले.

त्यांनी केलेल्या अभ्यासातून व काढलेल्या निष्कर्षातून त्यांना आढळून आले की, हळदीचा औषध म्हणून अनेक प्रकारे उपयोग होऊ शकतो.

अमेरिकेच्या बाबतीत एक चांगली गोष्ट अशी की, तिथे रिसर्च स्टडीजला फार महत्त्व असतं. त्यांच्याकडील R & D लॅब्स अत्यंत अद्यावत असतात.

एखादा पदार्थ प्रत्यक्षात वापरण्या अगोदर ते त्याचा पूर्ण अभ्यास करतात. पदार्थांच्या गुणधर्मांची कसून चाचणी होते.

अनेक प्रयोगांती पदार्थाच्या वापरण्याला मान्यता मिळते. त्यांच्याकडे तंत्रज्ञ, शास्त्रज्ञ प्रयोगशाळेतच काम करतात, प्रयोग करतात. अभ्यास, पेपर्स आंतरराष्ट्रीय सेमिनारमधून सादर करतात.

हळदीचाही त्यांनी असाच अभ्यास केला. या अभ्यासातून त्यांना जाणवलं की, हळद ही केवळ संरक्षकच नाही तर तिचा उपयोग रोगाच्या उपचार पद्धतीमध्ये होऊ शकतो.

कॅन्सरपीडित व्यक्तींना हळदीपासून बनवलेल्या गोळ्या दिल्या, तर काय होऊ शकते? याचा अभ्यास करून त्यांनी अशा गोळ्या कॅन्सरपीडित व्यक्तींना प्रत्यक्ष दिल्या.

या प्रयोगांती त्यांना आढळून आलं की, अशा गोळ्यांचे चांगले परिणाम झाले आहेत. आता अशा हळदीच्या गोळ्यांचा ते सरसकट उपयोग करीत आहेत.

दुसरी बातमी होती जपानविषयी.. त्यात म्हटलं होतं की, जपानी लोक दुधात हळद टाकून त्याचा औषध म्हणून उपयोग करतात.

या बातम्यांमध्ये स्वारस्य वाटायचं कारण की, हे अत्यंत प्रगतीशील देश हळदीसारख्या पदार्थाचा उपयोग करीत आहेत.

मग ही बातमी वाचल्यानंतर आपण हळदीचा वापर कसा आणि कुठे कुठे करतो, या गोष्टींचा विचार करताना आणखी मनोरंजक माहिती पुढे आली.

आपल्याकडे हळदीचा उपयोग करण्याची सुरुवात अगदी देवघरापासून होते.

त्याचबरोबर स्वयंपाक, लग्न समारंभ, स्वागत समारंभ, औषधे, उत्पादने इ. मध्ये हळदीला अनन्य साधारण महत्त्व आहे.

आपल्याकडे आलेल्या सवाष्णीला निरोप देताना आपण हळददीकुंकूच लावतो.

आपल्याकडे लग्न समारंभात हळदीचं वेगळंच महत्त्व असतं.

हळद लावण्याचा एक कार्यक्रमच असतो. वधुवरांना हळद लावूनच स्नान घातले जाते, त्यात परंपरेचा भाग तर असतो.

त्याचबरोबर सौंदर्यप्रसाधन म्हणून हळदीमध्ये असलेल्या गुणधर्मांचाही विचार केला जातो.

हळदीच्या वापराने त्वचा नितळ, मुलायम व सुंदर होते व एकूण वातावरणात प्रसन्नता निर्माण होते.

यावरूनच आपल्याकडे 'पी हळद अन हो गोरी' हा वाक्प्रचार प्रयोगात आणला जातो. रोजच्या जेवणात आम्ही हळदीचा अनेक प्रकारे वापर करतो.

केवळ रंग व चव यावी म्हणून हळद वापरली जात नाही. जेवणात वापरण्यात येणाऱ्या अनेक घटकांना एक प्रकारचं संरक्षण हळदीच्या वापरामुळे प्राप्त होतं असतं. कारण हळद ही जंतुनाशक आहे.

आजीच्या औषधी बटव्यात हळद हा एक अविभाज्य भाग असतो. सहज हाताशी असणारी हळद प्रथमोपचाराचा एक भाग असते.

जखम झाली तर रक्तप्रवाह थांबावा म्हणून हळद लावली जाते. रक्त थांबतेच पण त्याचबरोबर हळदीचा उपयोग केल्याने जंतूसंसर्गही टाळता येतो.

घसा दुखत असल्यास गरम दुधात हळद टाकून आपण घेतली, तर नक्कीच उतार पडतो.

औषध म्हणून हळदीचा अनेक स्तरांवर उपयोग होतो. नैसर्गिक मुलतत्वे वापरून उत्पादने बनविताना हळद प्रमुख घटक असतो.

हळदीने चेहरा तजेलदार होतो व एक प्रकारे त्वचेला एक प्रकारची कांती येते. कॉस्मेटिक वापरण्याऐवजी म्हणूनच हळदीसारख्या वनौषधींवर आधारित उत्पादने वापरणे केव्हाही चांगले.

कारण कॉस्मेटिक्समध्ये कृत्रिम रसायनांचा वापर केला जातो. ही रसायने शरीराला अपायकारक असतात, शिवाय त्याचे साईड इफेक्ट्स असतात. आयुर्वेदशास्त्रात हळदीच्या अनेक गोष्टींचा सुंदर ऊहापोह केला आहे.

पाश्चात्य देशांनाही आता आयुर्वेदाचे महत्त्व पटू लागले आहे. आयुर्वेदात सांगितलेल्या उपचार पद्धतीकडे पाहण्याचा त्यांचा दृष्टिकोन आता बदललेला आहे.

जगातील अनेक देशात आता या उपचार पद्धतीचा स्वीकार करू लागले आहेत.

हळदीचे महत्त्व त्यांना अगोदरच जाणवलं होतं, म्हणून तर हळदीचे पेटंट मिळविण्यासाठी त्यांनी मोठी लढाई दिली.

परंतु ही लढाई ते हरले आणि हळदीचे पेटंट भारताला परत मिळाले.

आपल्याकडे शासकीय पातळीवरही आयुर्वेदाचा प्रचार व प्रसार करण्याचे प्रयत्न चालू आहेत.

आपण सर्व भारतीयांनीही विश्वास ठेवून आयुर्वेदाचा वापर केला, तरच जगात सर्वत्र आपल्या आयुर्वेदशास्त्राला पाठिंबा मिळेल.

15

बहुगुणी हळद

आयुर्वेदशास्त्रात बहुगुणी हळदीसारख्याच अशा अनेक गोष्टींचा सुंदर उहापोह केला गेला आहे आणि म्हणूनच पाश्चात्य देशांनाही आता आयुर्वेदाचे महत्त्व पटू लागले आहे.

आता अमेरिकेतही गेल्या ५० वर्षांच्या कालावधीत हळदीमध्ये असलेल्या पिवळ्या रंगद्रव्यावर व्यापक प्रमाणात संशोधन करण्यात आले. यावरील अभ्यासांती असे दिसून आले की, हळदीची पावडर ही अँटिऑक्सिडंट असून, अवयवांवर आलेली सूज कमी करण्यास सहाय्य करते तसेच ही सूज वाढवण्यावरही प्रतिबंध घालून, त्याची कार्यशक्ती वाढविण्यास मदत करते.

हळदीमध्ये 'क्युअरक्युमिन' किंवा 'सिलिमारिन' मधील हे दोन घटक आतड्यांच्या कर्करोग निवारणाकरिता उपयुक्त असल्याचे दिसून आले आहेत. आपल्या रोजच्या आहारात वापरण्यात येणारी, ही हळद कॅन्सर विरोधी कार्याकरिताही बहुपयोगी आहे.

या हळदीतील डीएनए या रोगापासून आपल्याला संरक्षित करते. तसेच शरीराला रक्षातंत्रही पुरवते. त्यांच्या संशोधनानुसार हळदीच्या अर्काचा वापर करून, बनविण्यात आलेल्या गोळ्या काही कॅन्सर पिडित व्यक्तींना देण्यात आल्या. अभ्यासांती अशा गोळ्यांचे अतिशय चांगले परिणाम रुग्णांवर दिसून आले.

याबाबत अधिक अभ्यास करून, अशा रुग्णांवर हळदीच्या गोळ्यांचा ते सरसकट उपयोग करण्याचा विचार करीत आहेत. हे संशोधन सेंट लुईस विद्यापीठातील संशोधकाने केले आहे. आता जपानी लोकही दुधात हळद टाकून त्याचा औषध म्हणून उपयोग करू लागले आहेत.

आपल्याकडे अगदी प्राचीन काळापासून हळदीच्या वापराला देवघरापासून सुरुवात होते. त्याचबरोबर स्वयंपाक, लग्नसमारंभ, स्वागत समारंभ, औषधे, उत्पादने इत्यादींमध्येही आपल्या इथे हळदीला अनन्य साधारण महत्त्व आहे. आपल्याकडे आलेल्या सवाष्ण स्त्रीला निरोप देताना आपण हळदीकुंकूच लावतो.

लग्नसमारंभात तर हळदीचं वेगळंच महत्त्व असते. हळद लावण्याचा एक वेगळा कार्यक्रमच असतो. वधूवरांना हळद लावूनच सौंदर्य स्नान घातले जाते. त्यात परंपरेचा भाग तर असतोच, पण त्याचबरोबर एक सौंदर्यप्रधान म्हणून हळदीमध्ये असलेल्या गुणधर्मांचाही विचार केला जातो.

हळदीच्या औषधी वापराने त्वचा नितळ, मुलायम व सुंदर होते. यावरून आपल्याकडे 'पी हळद अन हो गोरी' हा वाक्प्रचार उपयोगात आणला गेला असावा.

रोजच्या जेवणातही हळदीचा अनेकप्रकारे वापर केला जातो. पदार्थांना "केवळ रंग व चव यावी" म्हणून हळद वापरली जात नाही, तर हळद ही जंतूनाशक आहे, त्यामुळे जेवणात या हळदीच्या वापरामुळे इतर घटकांना एकप्रकारचे संरक्षण प्राप्त होत असते.

आपल्या आजीच्या औषधी बटव्यातही हळद हा एक अविभाज्य भाग असतो. सहज हाताशी असणारी हळद, प्रथमोपचाराचा एक भाग असते. जखम झाली तर रक्तप्रवाह थांबावा, म्हणून हळद लावली जाते. त्यामुळे रक्त तर थांबतेच, पण त्याचबरोबर हळदीचा उपयोग केल्याने जंतूसंसर्गही टाळता येतो.

घसा दुखत असल्यास गरम दुधात हळद टाकून आपण घेतली, तर नक्कीच उतार पडतो. थोडक्यात औषध म्हणून हळदीचा अनेक स्तरांवर उपयोग होतो. नैसर्गिक मूलतत्त्वे वापरून उत्पादने बनविताना हळद हा प्रमुख घटक असतो.

हळदीने चेहरा तजेलदार होतो व त्वचेला एक प्रकारची कांती येते आणि म्हणूनच कॉस्मेटिक्स वापरण्याऐवजी हळदीसारख्या वनौषधींवर आधारित उत्पादने वापरणे केव्हाही चांगले!

कॉस्मेटिक्समध्ये कृत्रिम रसायनांचा वापर केला जातो व ही रसायने शरीराला अपायकारक ठरवू शकतात. शिवाय त्यांचे दुष्परिणामही भरपूर प्रमाणात होऊ शकतात.

५००० वर्षांपासून ऋषीमुनींनी जोपासलेल्या आयुर्वेदाच्या या परंपरेला उजाळा देण्याचे काम 'विको लॅबोरेटरीज' या कंपनीने केले आहे. लोकांमध्ये आयुर्वेदाबद्दल अनास्था असतांना, आपली आयुर्वेदिक उत्पादने लोकांपर्यंत पोहोचविण्याकरिता 'विको'ने अथक प्रयत्न केले.

'स्वयंपाकात हळद का वापरतात?' या प्रश्नाचे उत्तर 'पूर्वापार सांगितले गेले म्हणून!' अशी लोकांकडून दिली जात होती. त्या काळात हळदीचे गुण जाणून घेऊन, 'विकोने' आपली सर्वच उत्पादने ही हळदीचा बेस वापरून तयार केली. अथक परिश्रमांती ही उत्पादने यशस्वीरित्या लोकांपर्यंत पोहोचविली.

आज हीच हळद आपल्या बहुगुणांमुळे इतकी प्रसिध्द आहे की, अमेरिकेसारख्या प्रगत देशांनीसुध्दा या हळदीचे पेटंट मिळावे, म्हणून अखेरपर्यंत प्रयत्न केलेले आहेत.

16

समतोल आहार

समतोल आहार व त्याच्या जोडीला व्यायाम या दोनही गोष्टींमुळे आपलं आरोग्य चांगलं राहू शकतं. हा नियम स्त्री व पुरुष सर्वांसाठीचं आहे. पण विशेषतः स्त्रियांच्या आयुष्यात काही महत्त्वाचे टप्पे येतात. तेव्हा मात्र हे खूप आवश्यक असतं.

लग्नानंतर येणारी प्रेगनन्सी, ही एक महत्त्वाची घटना असते. या काळात स्त्रियांनी आपल्या आरोग्याची खूपच काळजी घ्यायची असते.

पूर्वी आणि अजूनही घरातील वडीलधारी माणसं, अश्या वेळी घरातील बाईला सांगतात, 'आता तुला जपलं पाहिजे, वेळच्यावेळी खाल्लं पाहिजे, शरीराची हालचाल केली पाहिजे, तू आता दोन जीवांची आहेस', इत्यादी नेहमी ऐकविले जाते.

खरंच आहे ते, एक जीव तुमच्या शरीरात वाढत असतो. त्याचं पालन पोषण तुमच्या शरीरातूनच होत असतं. बाळाच्या वाढीसाठी फोलिक असिड, कॅल्शियम व आर्यन या घटकद्रव्यांची शरीराला अत्यंत आवश्यकता असते.

डॉक्टरांच्या साह्याने कोणत्या पदार्थांमध्ये, भाजीमध्ये व फळांमधून कोणत्या गोष्टी मिळतात हे विचारावे व त्यांचा आहारात समावेश करावा. केळे खाल्ल्याने तुम्हाला एनर्जी मिळू शकते.एकेकाळी आपल्याकडे प्रेगनन्सीच्या काळात स्त्रियांच्या होणाऱ्या मृत्यूचे प्रमाण खूप जास्त होते. तसेच बालकांचेही मृत्यू मोठ्या प्रमाणात होत असतं.

अजूनही इतर देशांशी तुलना केली, तर आपल्याकडे हे प्रमाण जास्त आहे. याला कारण प्रेगनन्सीमध्ये स्त्रिया आपली योग्य ती काळजी घेत नाहीत. त्यांना पोषक आहार दिला जात नाही.

व्यायामही केला जातो असे नाही. या काळात चालणे, पोहणे अगदी काही काळ सायकल चालवणे हे आवश्यक असते.

पूर्वीच्या काळी आत्तासारख्या सुविधा नव्हत्या. कपडे धुण्याकरिता वॉशिंग मशीन नव्हते. दळणही अगदी जात्यावर दळले जाई.

या सर्व कामांतून स्त्रियांना एकप्रकारचा व्यायाम घडत असे.

आता ते होतं नाही, म्हणून कुटुंबातील सर्वांनीच, विशेषत: स्त्रियांनी व्यायाम करून, स्वतःच्या शरीराची काळजी घेतली पाहिजे.

17

दूध, त्वचा, स्वास्थ्य

९० च्या दशकातील 'अमूल'ची जाहिरात आठवतेय? 'पियो ग्लासभर दूध' म्हणत अमूलचे ब्रॅण्डिंग करणारी ही जाहिरात, लाखमोलाचा म्हणजेच दूध नक्की प्या असा सल्ला देऊन गेली.

अनेक जाहिरातींमधून दाखवताना 'दूधसी कोमल त्वचा' असा अनेकदा उल्लेख झालेला दिसून येतो. अशी दुधासारखी कोमल त्वचा मिळवायला दुधाचा वापर करणे गरजेचं आहे!

असे म्हटले जाते की, 'इजिप्तची महाराणी, क्लिओपात्रा' रोज एक गोपनीय द्रव्याने त्वचेला मालिश करायची. हे गोपनीय द्रव्य म्हणजे दूध होय. कच्चे दूध चेहऱ्यावर आणि मानेला लावून, १० मिनिटे ठेवून चेहरा स्वच्छ धुतल्याने कांती उजळण्यास मदत होते.

दुधात कापूस बुडवून त्या कापसाने चेहरा स्वच्छ केल्याने, त्वचा आतून बाहेरून नितळ आणि निर्मल होते. तसेच पपई किंवा लिंबाचा रस दुधात टाकून फेस पॅक बनवून लावल्यावरही चेहऱ्याला तजेला येतो. दूध एक बहुगुणी मॉइश्चरायझर आहे.

दूध जसे त्वचेसाठी उपयोगी आहे तसेच ते शरीरासाठी पौष्टिक आहे. दुधाला पूर्णान्न म्हटले आहे. याचे मुख्य कारण म्हणजे एक कप गाईच्या दुधातून आपल्याला मोजक्या कॅलरींबरोबर, प्रथिने, आवश्यक फॅट्स, कॅल्शियम, 'ड' जीवनसत्व, 'बी'१२ जीवनसत्व, पोटॅशियम फॉस्फरस आणि सिलेनियम मिळते.

दुधात असलेल्या 'ड' जीवनसत्वामुळे आणि कॅल्शियममुळे हाडांना मजबुती येते, तसेच दातांचे आरोग्य शाबूत राहण्यास मदत होते. साधारणपणे चाळीशीनंतर महिला ऑस्टिपोरोसिसने ग्रस्त होतात.

कॅल्शियमच्या कमतरतेमुळे होणाऱ्या ऑस्टिपोरोसिसमध्ये हाडांची झीज होते. दुधातही २९९ मिलिग्रॅम कॅल्शियम असते. रोज दूध प्यायल्याने ऑस्टिपोरोसिस रोखण्यास मदत होते. सांधे बळकट होतात. कॅल्शियम वजन संतुलित राखण्यासही मदत करते.

२००५ साली प्रसिध्द झालेल्या 'जर्नल ऑफ अमेरिकन कॉलेज ऑफ न्यूट्रिशन'च्या अंकात डाएटरी कॅल्शियम वजन संतुलित राखायला आणि चरबी कमी करायला मदत करते असे नमूद केले आहे.

निम्न रक्तदाब, टाईप २ मधुमेह आणि कोलनचा कर्करोग यासारख्या रोगांना झुंज द्यायला दूध पिणे गरजेचे आहे.

काय मग? उचलताय ना.. ग्लासभर दूध?

18

आहार व वाढ

मुलांच्या शाळा सुरू झाल्या की, शाळा, क्लास, विविध छंदाचे शिकवणीवर्ग या दैनंदिन चक्राची पुन्हा सुरुवात होते.

पण यासारख्या प्रत्येक आघाडीवर तंदुरुस्त राहण्यासाठी मुलांना शारीरिक, मानसिक स्वास्थ्याची खरी गरज असून, त्याकरिता खेळ, व्यायाम यासोबतच संतुलित आहाराची नितांत गरज असते.

मुलांच्या सर्वांगीण विकासात पोषक आहाराचेही तेवढेच महत्त्व आहे. आपले मूल आरोग्यदायी आणि निरोगी असावे! असे प्रत्येकच पालकाला वाटत असते व त्यादृष्टीने पालकांचे सातत्याने प्रयत्नही चालू असतात.

परंतु हे करीत असतांना 'मुलांची आवड-निवड जोपासण्याबरोबरच त्यांचे आरोग्य जपणेही तेवढेच गरजेचे आहे, किंबहुना जिभेच्या आवडीनिवडीपेक्षा शरीराची तंदुरुस्ती जास्त महत्त्वाची ठरते'.

पालकांनी मुलांच्या खाण्यापिण्यावर, त्यांच्या संतुलित आहारावर कटाक्षाने लक्ष देणे गरजेचे आहे. मुलांच्या आहारात त्यांच्या रोगप्रतिकारक शक्ती कमी करणाऱ्या गोष्टी टाळायला हव्यात.

लहान मुलांच्या विकासामध्ये संतुलित आहाराचे महत्त्वाचे योगदान असते. लहान मुलांच्या बाबतीत आहाराची योजना अतिशय विचारपूर्वक आणि कुशलतेने करायला हवी. कारण हा आहार पौष्टिक तर हवाच पण तो मुलांना आवडायलाही हवा.

वाढत्या वयानुसार मुलांच्या रक्त, मांस, अस्थि आणि मज्जाधातूंचे व्यवस्थित पोषण होणे आवश्यक असते. संपूर्ण शरीराला प्राणशक्तीचा पुरेसा पुरवठा होण्यासाठी रक्तधातू, शरीर घडवण्यासाठी तसेच स्टॅमिना वाढवण्यासाठी मांसधातू, उंची वाढविण्यासाठी तसेच शरीराला कणखरपणा येण्यासाठी अस्थिधातू आणि बौद्धिक क्षमता विकसित होण्यासाठी मज्जाधातू यांचे वयानुसार पोषण होणे गरजेचे असते.

त्याकरिता मुलांच्या एकंदर आहाराचा विचार करतांना वरील सर्व बाबी लक्षात घेणे आवश्यक आहे. 'रक्तधातूपोषक' आहारामध्ये मनुका, सुके अंजीर, डाळिंब, काळे खजूर, सफरचंद, पालक, गुळ इत्यादी पदार्थांचा समावेश करता येईल.

'मांसधातूपोषक' आहारात दूध, लोणी, खारीक इत्यादी, तर कडधान्यांमध्ये मूग, मटकी, चणे यासारख्या कडधान्यांचा समावेश करता येईल. 'अस्थिधातूपोषक' आहारात अर्थातच दूध, खारीक, डिंक, खसखस, नाचणीसत्व आणि गहू यापासून बनविलेल्या पदार्थांचा समावेश करता येईल.

'मज्जाधातूपोषक' आहारात पंचामृत, लोणी, तूप, बदाम, अक्रोड, जर्दाळू यांचा आहारात समावेश करता येईल. याशिवाय ऋतूकालानुसार द्राक्षे, पपई, आंबा, मोसंबी यासारखी गोड व ताजी फळे, तसेच ताज्या भाज्या, काकडी, गाजर, विविध कोशिंबीर, यासोबतच स्निग्ध पदार्थ, तसेच मध यांचाही त्यांच्या दैनंदिन आहारात समावेश करता येईल.

लहान मुले काहीतरी सतत करत असतात. त्यांची कायम मस्ती वा पळापळी चालू असते. त्यामुळे दोनवेळच्या जेवणाव्यतिरिक्त त्यांना सतत खायला हवे असते. अशावेळी भूक लागेल तेव्हा काही तरी चविष्ट पण सकस पदार्थ द्यावयास हवेत. जसे की दाण्याची किंवा राजगिऱ्याची चिक्की, मोड आलेले कडधान्य, कोशिंबीर किंवा भाज्या टाकून केलेले थालीपीठ इत्यादी देण्यास प्राधान्य द्यावे.

मुलांच्या आहारावर त्यांचा नुसताच शारीरिकच नाही, तर मानसिक, बौद्धिक विकासही अवलंबून असतो. मुलांच्या या चौकसवृत्तीला खतपाणी द्यायचे असेल तर संतुलित व परिपूर्ण आहाराचे योगदान महत्त्वाचे आहे हे प्रत्येक पालकांने लक्षात घ्यावयास हवे.

आजकाल पालकांसोबतच मुलांचे हॉटेलमध्ये जाण्याचे प्रमाण बरेच वाढले आहे. सर्वसामान्यपणे येथे गेल्यावर ऋतू कोणताही असला, तरी मुले फास्टफूड सोबत सॉफ्ट ड्रिंक घेण्याचा आग्रह करतात, तसेच खाण्यासाठी थंडगार आईस्क्रीमकरिताही मागे लागतात.

मुलांच्या आरोग्याची काळजी न घेता प्रत्येक वेळेस असा आहार देणे योग्य नाही. कारण या वयात शरीराचे सातही धातू तयार होत असतात.

त्यामुळे पुढच्या संपूर्ण आयुष्याला उपयोग होईल असा पोषक आहार देणे कधीही योग्य! अर्थात हा आहार वाढत्या वयानुसार आपल्या मुलांच्या पचनशक्तीत होणाऱ्या वाढीनुसार द्यावा. कारण बरेचदा मुलांची पचनसंस्था पूर्णपणे विकसित न झाल्याने अनेक गोष्टी ते लवकर पचवू शकत नाहीत.

19

आयोडीन का हवे

आमचं मीठ आयोडीनयुक्त आहे तेच वापरा. अशी जाहिरात आपण नेहमीच वाचतो, ऐकतो किंवा पाहत असतो.

अनेकांना प्रश्न पडतो या आयोडीनमध्ये असं काय आहे की, त्याला एवढं महत्त्व दिलं जातंय. एक गोष्ट आपल्याला माहित असते, शरीराला अन्न व त्यात असलेले फॅट्स, विटामिन्स कार्बोहायड्रेट्स व पाणी हे घटक आवश्यक असतात.

अन्नातील हे प्रमुख घटक आपले शारीरिक आरोग्य सांभाळतात. शरीराची एकूण वाढ व त्याचे कार्य कायम चालू ठेवण्यासं हे घटक कारणीभूत असतात.

सर्वसामान्यपणे प्रत्येकाला इतकं ज्ञान असतं, पण त्याचबरोबर शरीराची योग्य वाढ होण्यासाठी आणखी एक घटक आवश्यक असतो व तो म्हणजे आयोडीन. आपल्याला त्याची कल्पना नसते.

आयोडीन नसेल तर तुमची वाढच खुंटेल व अनेक प्रकारच्या डिसऑर्डर्सना तुम्हाला तोंड द्यावे लागेल. हे लक्षात घेऊन व लोकांमध्ये जागरूकता येण्याच्या दृष्टीने २१ ऑक्टोबर हा दिवस आयोडीनच्या अभावामुळे निर्माण होणाऱ्या समस्या टाळण्यासाठी एक 'जागतिक दिन' म्हणून सर्वत्र पाळला जातो.

प्रश्नाचं गांभीर्य शासनाच्या लक्षात आलं आहे, म्हणून शैक्षणिक व माहिती देणारे कार्यक्रम आयोजित करण्यात आले आहेत.

त्यासाठी मोठा कार्यक्रम हाती घेण्यात आला आहे. आयोडीन शरीराला कसं उपयोगी पडतं हे पुढील प्रकारे स्पष्ट करता येईल.

आयोडीन हे मिनरल असून थायरॉईड ग्लँडचं कार्य तसेच मेंदू व शरीर यांचा एकूण विकास वाढविण्यासाठी त्याचा उपयोग होतो. थायरॉईड ग्लँड आपल्या मानेच्या पुढील भागात असतात.

त्या ग्लँडमधून स्त्रवणाऱ्या हार्मोन्समुळे आपल्या शरीराचे तापमान मर्यादित ठेवले जाते. रक्तपेशी निर्माण होतात, प्रजोत्पादनासाठी आवश्यक पेशी निर्माण होतात, तसेच स्नायू व नसांना बळकटी मिळते.

जर आयोडीनची कमतरता असेल तर अनेक व्याधी होऊ शकतात. विशेषत: मेंदूचे विकार व अगदी मेंटली रिटार्डेशन होण्याचा धोका संभवतो. थोडक्यात ही कमतरता म्हणजे शारीरिक व मानसिक आजारांना निमंत्रणच.

वास्तविक शरीराला फार थोडं आयोडीन आवश्यक असतं व ते नियमितपणे मिळावयास हवे व ते तुमच्या जेवणातूनच मिळायला हवे. तसे झाले नाही तर तुमचं वजन वाढू शकतं. तुम्हाला थकवा येऊन तुमचा रक्तदाब, चरबीची पातळी वाढू शकते. बध्दकोष्ठतासारखे आजार व तुमचा आवाज घोगरा बनू शकतो.

सर्वात धोक्याची गोष्ट म्हणजे मानसिक आजार उद्भवू शकतात. गर्भवती महिलांनी तर आयोडीनचे योग्य ते प्रमाण मिळते की नाही याबाबत खूपच दक्षता घेतली पाहिजे.

हे प्रमाण कमी असल्यास गर्भपाताची शक्यता वाढते व जन्माला येणाऱ्या मुलाचे वजनही कमी होते. आईच्या शरीरातूनच बाळाला आवश्यक ते पोषण मिळते. त्यामुळेच बाळाची वाढ होऊन वजन वाढत असते. अन्नात पुरेसे आयोडीन नसेल, तर ऐकू न येणे, बोलताना अडथळे जाणवणे, अपुरी शारीरिक वाढ व मानसिक आजार इत्यादी समस्या निर्माण होऊ शकतात.

या आयोडीनमुळे तर बाळाच्या थायरॉईड ग्लँड व मेंदू यांची वाढ होते. आयोडीनचे अपुरे सेवन व त्यामुळे उद्भवणारे आजार लवकर बरे होत नाहीत. त्यासाठी आयोडीनचे अन्नातील प्रमाण योग्य राहील यासाठी आपण जागरूक रहायला हवे.

आयोडीन शरीरात साठवले जात नाही. त्यासाठी आयोडीनचे रोजचं सेवन केले पाहिजे . मीठ आपण रोजच्या जेवणात घेतोच. या मिठात जर आयोडीन असेल तर आपोआप तेही आपल्या पोटात जाते.

मिठाशिवाय पाणी, दूध, मांस, मासे, भाजीपाला, सिरियल्स इत्यादी मधूनही आपल्याला आयोडीन मिळू शकते. थोडक्यात त्यांचं योग्य त्या प्रमाणात सेवन करणे जरुरी आहे.

20

त्वचाही तहानते

आपल्याला तहान लागली की, आपण पाणी पितो. त्वचेलाही तहान लागते आणि आपण पाणी प्यायलो की, ती पण सुखावते असे मी सांगितले तर तुम्हाला ते पटेल? हो? हे खरे आहे!

त्वचासुध्दा एक अवयवचं आहे. पाणी जसे इतर अवयवांना गरजेचे आहे, तसेच ते त्वचेसाठीही गरजेचे आहे.

परंतु त्वचेला पाणी सगळ्यात शेवटी मिळते. आपण जर पाणी कमी प्यायलो, तर सगळ्यात आधी आपल्या त्वचेवर त्याचा परिणाम दिसतो. त्वचा निस्तेज होऊ लागते आणि त्वचेवर अकाली सुरकुत्या पडायला लागतात. प्रसंगी त्वचा काळवंडते.

आपल्याला त्वचेचे आरोग्य आणि सौंदर्य टिकवून ठेवण्याकरिता पाण्यासारखा सोपा उपाय नाही. नियमित पाणी प्यायल्याने त्वचा तुकतुकीत तर राहतेच, शिवाय त्वचेवरचे तेजही कायम राहते.

आपल्या स्किन टिश्यूमध्ये पाण्याचा अंश असतो आणि तो जर आपण टिकवून ठेवला नाही, तर आपली त्वचा तुकतुकीत दिसत नाही. त्वचेच्यापेशी कार्यरत ठेवण्यासाठी नियमित पाणी पिणे गरजेचे आहे. पाणी प्यायल्याने त्वचा पुनर्निर्मित होते आणि त्वचेला सुरकुत्या पडत नाहीत. तसेच त्वचा मऊ आणि मुलायम राहण्यास मदत होते.

त्वचेचे आरोग्य नीट राहण्यासाठी शरीरातील विषारी द्रव्य अर्थात टॉक्सिन्स बाहेर पडणे अत्यावश्यक असते.

पाण्याच्या नियमित सेवनाने शरीरातील ही विषारीद्रव्ये बाहेर पडतात आणि त्वचेवरच्या मुरूम, पुटकुळ्या नाहीशा होतात.

तुम्हाला माहित आहे की, एक्झिमा, सोरायसीससारख्या त्वचारोगांवरसुध्दा पाणी हा जालीम उपाय आहे.

योग्य प्रमाणात पाणी प्यायल्यास, पाणी अन्नपचनासही मदत करते. अपचनामुळे येणाऱ्या मुरम पिंपल्स फोडांच्यावरही पाणी किमयागारासारखे उपाय करते.

पाणी प्यायल्यानेच नाही, तर पाण्याच्या बाह्योपायांनीही आपण आपली त्वचा सुंदर आणि आरोग्यपूर्ण ठेवू शकतो.

मेकअप करण्याआधी जर आपण चेहरा थंड पाण्याने स्वच्छ धुतला, तर चेहरा अधिक तजेलदार दिसतो आणि मेकअपही जास्त सुंदर आणि उठून दिसतो.

कॉम्प्युटर किंवा लॅपटॉपवर सतत काम केल्याने जेव्हा डोळे जळजळतात, तेव्हा थंड पाण्याच्या पट्ट्या डोळ्यांवर ठेवा. डोळ्यांना थंडावा तर मिळतोच, शिवाय डोळ्यांना आलेली सूजही कमी होते.

गरम पाण्याने अंघोळ केल्याने रक्ताभिसरण चांगल्या तऱ्हेने होते. यामुळे त्वचा जास्त तेजस्वी दिसते.

गरम पाण्यात रुमाल अथवा टॉवेल भिजवून तो चेहऱ्यावर ठेवावा. नंतर थंडगार पाण्याने चेहरा धुवावा यामुळे त्वचा तुकतुकीत राहते.

21

हृदय सांभाळा

रेडिओ जॉकी शुभम (वय वर्षे - २४), युवा अभिनेत्री अश्विनी एकबोटे (वय वर्षे - ४४), यांसारखे ऐन तरुण वयात हृदयविकाराने झालेले मृत्यु मनाला अस्वस्थ करणारे आहेत.

हे ज्या वयात गेले, त्या वयापासूनच सर्वांना एक क्षण थांबून विचार करण्याची वेळ आली आहे.

करिअर ऐन उमेदीत असताना आयुष्यात अशी मध्येच अचानक होणारी एक्झिट ही मनाला चटका लावून जाते, पण क्षणभरच.

कारण या धावपळीच्या जगात स्पर्धेने टोक गाठले आहे. या जगात स्पर्धेला टिकायला, प्रत्येकाची जीवाला धाप लागेपर्यंत जी धावण्याची मनोवृत्ती बळावली आहे त्याचाच हा परिणाम आहे.

मागील काही वर्षात हृदयविकार होण्याचे वय झपाट्याने कमी होत आहे. आयुष्याच्या संध्याकाळी होणारे काही आजार आता कमी वयातच होताना दिसू लागले आहेत.

त्यामुळे हृदयविकार हा कोणत्याही वयात होऊ शकतो हे सत्य आपण न घाबरता स्वीकारायला पाहिजे. आधीच या नवपिढीला मैदानी खेळ खेळण्याचे वावडे आहे.

त्यात या स्पर्धेमुळे सततचा मानसिकताण व व्यायामाचा अभाव. त्यामुळे नको ते रोग शरीरात वास्तव्यास येतात व मग केवळ औषधांच्या आधारे जगणे नशिबात येते.

या हृदयविकारापासून दूर राहण्यासाठी आणि दिर्घायुषी निरोगी जीवन जगण्याकरिता लोकांनी प्रथम आपली जीवनशैली सुधारली पाहिजे.

याकरिता त्यांनी हृदयविकाराची कारणे आणि लक्षणे समजावून घेऊन, त्याचे प्रतिबंध स्वतःवर लादून घेणे गरजेचे आहे.

किती व कुठे थांबायचे, हे माणूस जोपर्यंत ठरवणार नाही, तोपर्यंत जगण्यातील खरा अर्थच त्याला कळणार नाही.

या हृदयविकारापासून दूर राहण्याकरिता निरोगी राहण्याचे काही मंत्र आहेत. छातीत दुखणे, खूप घाम येणे आणि उलटीच्या संवेदना होणे ही हृदयविकाराची खास करून लक्षणे होतं.

तथापी सर्वच वेळा छातीत दुखणे म्हणजे हृदयविकाराचा झटका असेलच असे नाही, पण या प्रकारची लक्षणे जर दिसू लागली, तर त्यावर त्वरित उपाय म्हणजे पहिले ईसीजी काढणे महत्त्वाचे आहे.

या ईसीजीच्या तपासणीतून हा हृदयविकाराचा झटका आहे किंवा नाही हे नक्की करता येते. त्यामुळे हृदयविकाराचा झटका आला किंवा नाही हे समजून घेण्यासाठी ईसीजी हाच उत्तम पर्याय आहे.

हृदयविकाराचा झटका आल्यानंतरचा पहिला तास खूप महत्त्वाचा असतो. कारण हा झटका आल्यानंतरच्या पहिल्या तासातच झालेल्या मृत्युंची संख्या ही जास्त आहे, असे एका नामांकित तज्ञाचे म्हणणे आहे.

हृदयरोगाचे मुख्य कारण म्हणजे रक्ताच्या छोट्या छोट्या गाठी तयार होतात त्यामुळे जास्त पुरवठा सुरळीतपणे होऊ शकत नाही. या गाठी मशीनद्वारे वा क्लॉट बस्टरद्वारे काढावयाची गरज असते.

क्लॉट बस्टरचे इंजेक्शन आणि इतर औषधीही आज बाजारपेठेत उपलब्ध आहेत. ७० % लोकं याच औषधोपचारांनी या मोठ्या दुखण्यातून वाचलेले दिसून येतात.

हृदयविकाराचा झटका आल्यानंतर त्यावर उत्तम आणि त्वरित उपाय म्हणजे ऍस्पिरीनची गोळी चावून खाणे हा होय. पाण्यासोबत गोळी घेण्यापेक्षा ही जीभेखाली ठेवून चावून खाल्ल्यास त्याचा परिणाम जास्त चांगला व लवकर होतो.

आपल्याला छातीत दुखणे सुरू होऊन हृदयविकाराचा झटका येतो आहे, याचा थोडा जरी अंदाज आला, तरी त्वरित त्या पेशंटला एक ॲस्पिरीनची गोळी दिली, तर बऱ्याच अंशी हा धोका टाळता येऊ शकतो.

डॉक्टरांकडे पेशंटला आणून त्याचे इसीजी रिपोर्ट येईपर्यंत वाट बघण्यापेक्षा किंवा डॉक्टरांशी संपर्क साधून त्यांनी ॲस्पिरीनची गोळी खायला सांगण्या अगोदरच हा उपाय पेशंटने करावा कारण की, या हृदयविकाराच्या केसमध्ये प्रत्येक क्षणन्क्षण अतिशय महत्त्वाचा असतो.

तथापि वैद्यकीय सल्लागाराची गरज तर खूपच महत्त्वाची आहे. डॉक्टर हेच सर्वांत मोठे त्यातील सल्लागार आहेत. आहाराच्या दृष्टीने विचार करता ऑलिव्ह ऑइलचेही खरेच खूप महत्त्व आहे.

पण हे तेल उपलब्धतेच्यादृष्टीने तसेच किंमतीच्यादृष्टीनेही महाग असल्याने ते रोज वापरणे सहज शक्य नाही. याला पर्याय म्हणून मोहरीचे तेल एकदम चांगले असल्याचे सांगितले आहे.

या रोगावर आदर्श आहाराच्या बाबतीत डॉक्टरांचे म्हणणे असे की, पचनासाठी पालेभाज्या आणि मोसमी फळं खाण्याला प्राधान्य दिले पाहिजे. मोसमी फळांमध्ये चकचकित रसदार फळं ही चांगली समजली जातात.

मांस हे पचावयास जड असते, म्हणून आहारामध्ये याचा समावेश हा सीमितच असावा. तुम्ही खरे खवय्ये असाल, तर खाण्यातील मजा जरूर घ्या. यामध्ये ज्या कॅलरीज तुमच्या शरीरामध्ये जातात, त्या व्यायामाद्वारे बर्न करण्याचाही पुरेपूर प्रयत्न करा.

डॉक्टर सांगतात की, आपल्याला व्यायामाची सवय विकसित करण्याकरिता धावणे, सायकलिंग करणे किंवा एका दिवसात जलदगतीने अर्धा तास चालणे खूपच आवश्यक आहे.

२४ तास न थकता चालत जाणारे आपल्या हृदयाकरिता आपण इतके नक्कीच करावयास हवे, कारण त्यासाठी आपल्याला कुठल्याही नामांकित कंपनीचे बूट वापरायचे आवश्यकता नाही की, कोण्या खास प्रशिक्षकाची गरज नाही.

22

नारळ पपई व डेंग्यू

डेंग्यूवर पर्यायी विकल्प म्हणून नारळाचे पाणी आणि पपईची पानं उपयुक्त, बकरीचे दूध वापरण्याकडे लोकांच्या वाढता कल दिसतो.

डेंग्यू या भयानक रोगापासून मुक्त होण्याकरिता प्रतिबंधात्मक उपाय म्हणजे बकरीचे दूध वापरण्याकडे बऱ्याच लोकांचा कल दिसून येत आहे. तसेच यावर पर्यायी विकल्प म्हणून पपईच्या पानांचा रस आणि नारळाचे पाणी वापरण्यावर भर देण्यात येत आहे.

या रोगाचे मुख्य लक्षण म्हणजे उच्च ताप येणे, रक्तातील प्लेटलेटचे प्रमाण झपाट्याने कमी होणे आणि शरीरात सेलेनियमची कमतरता निर्माण होणे ही होय.

गाय आणि मेंढीच्या दुधातील सेलेनियमपेक्षा बकरीच्या दुधातून तुलनेने सेलेनियमचा स्त्रोत हा अतिशय जास्त आहे.

तसेच बकरीचे दूध हे खनिजद्रव्यांच्या पचनाकरिता व चयापचयाकरिता अतिशय मदतगार साबित होतात.

पपईच्या पानांचा रस हा रक्तातील प्लेटलेट्स वाढविण्याकरिता अतिशय उपयुक्त आहे.

काही गावांमध्ये बहुसंख्य घरांमध्ये जवळपास प्रत्येक घराच्या व्हरांड्यात बकरी बांधून ठेवलेली दिसेल.

या दिवसांमध्ये बहुजन समाज डेंग्यूच्या साथीचा वाढता प्रकोप पाहता या प्राण्याच्या दुधाची दिवसेंदिवस खूपच मागणी वाढली आहे.

बकरीच्या मालकांना डेंग्यूची ही साथ अप्रत्यक्षरित्या लाभदायीच ठरते आहे असे म्हणण्यास हरकत नाही.

बकरीच्या दुधामुळे रुग्णांचा उच्च प्रतीचा ताप कमी होण्याकरिता मदत मिळते आहे हे दिसताच या बकरीच्या दुधाचे भाव ५०/- रुपये प्रति लिटर एवढे होते. ते वाढून आता १५०/- रुपये प्रति लिटर इतके वाढले आहेत.

एवढेच नव्हे तर यासोबतच नारळाचे पाणी आणि पपईच्या पानांचा रस डेंग्यूच्या रुग्णांवर उपचाराकरिता वापरण्यात येत आहे.

त्यामुळे नारळाच्या पाण्याचे भावही काही दिवसातच ५०/- रुपयाहून ६५/- रुपयांपर्यंत वाढले.

नारळाच्या पाण्याचा विक्रेता असलेला माधव म्हणाला, 'सध्या नारळाच्या पाण्याला इतकी मागणी आहे की पुरवठा कमी पडतो आहे. मी एका मोठ्या रिक्षात नारळ आणले आणि सर्व नारळ संध्याकाळी ७ वाजायच्या आत संपलेदेखील'.

या डेंग्यूवर अतिशय उपयुक्त म्हणजे पपईच्या पानांचा रस, ज्यामुळे रुग्णांच्या रक्तातील प्लेटलेट वाढण्यास मदत होते आणि प्रत्येक रुग्णाच्या बाबतीत हे औषध प्रभावी ठरलेले आहे.

प्रत्येकाचे असे म्हणणे आहे की, हा रस यावर अतिशय उपायकारक ठरतो आहे.

एका निवासी व्यक्तीने आपला प्रत्यक्ष अनुभव सांगितला, "एका सिटी रुग्णालयात माझी मुलगी आय. सी. यू. मध्ये दाखल झाली होती. तिला डेंग्यू झाल्याने निदान झाले. जेव्हा तिच्या रक्तातील प्लेटलेट झपाट्याने कमी होऊ लागल्या, तेव्हा माझ्या शेजारी राहणाऱ्या एका व्यक्तीच्या शिफारसीमुळे मी माझ्या मुलीला पपईच्या पानांचा रस दिला. तिला हा पपईचा रस देताच रुग्णाच्या रक्तातील प्लेटलेटची संख्या झपाट्याने वाढू लागली. डॉक्टर आणि तेथील परिचारिकांनाही याचे आश्चर्य वाटले. दोन दिवस रुग्णालयात राहून त्यानंतर तिला सुट्टी मिळाली. इतका हा रस यावर प्रभावी आहे".

तसेच एका नर्सरीचा विक्रेता म्हणाला की, येथे सध्या पपईच्या पानांच्या रसाची खूपच जास्त प्रमाणात मागणी आहे.

बरेच लोक ही उपयुक्त पाने खरेदी करण्यासाठी येतात. परिणामी कितीही स्टॉक मागवला तरी मागणीनुसार पुरवठा कमीच पडतो आहे.

दूरदर्शनवर होणाऱ्या अनेक निसर्गोपचारांच्या कार्यक्रमांमधून डेंग्यूच्या रुग्णांना बकरीचे दूध, नारळाचे पाणी आणि पपईच्या पानांचा रस देण्याबद्दल शिफारस करण्यात येत आहे. आणि त्यांच्या मित्रांना व नातेवाईकांनासुद्धा या उत्पादनांची शिफारस करण्याकरिता सांगण्यात येत आहे.

ही औषधे खरंच या रोगावर खूपच प्रभावी सिद्ध झाली आहेत. पण आजही कितीतरी ठिकाणी रुग्णालयांमध्ये लोक हे निसर्गोपचार सोडून निव्वळ ॲलोपथीचेच उपचार घेत आहेत.

पण जर या पर्यायी विकल्पांनी व त्यांच्या उपचारांनी अनेक रुग्णांना फायदा होताना दिसत आहे व ती व्यक्ती या रोगाच्या विळख्यातून सहीसलामत बाहेर पडताना दिसत आहे तर या विकल्पांचा विचार होणे गरजेचे आहे.

आज संपूर्ण जगात डेंग्यूवर बकरीचे दूध, नारळ पाणी आणि पपईच्या पानांचा रस हे पर्यायी विकल्प म्हणून समोर आले आहेत.

23

डेंग्यू घालवा

अलिकडे दरवर्षी डासांच्या मोसमात २०,००० च्या वर रुग्ण हे डेंग्यूच्या आजाराने प्रभावित असतातच.

संपूर्ण देशात शेकडो लोकांचा या रोगाने मृत्यू झाल्याचे निदर्शनास आले आहे.

या संकटकाळात भारताच्या आरोग्यविभागाने "घरगुती उपायांद्वारे डेंग्यूपासून बचाव कसा करावा" याकरिता काही महत्त्वाच्या टिप्स दिल्या आहेत.

सुरुवातीला डेंग्यू रोगाने बाधित रुग्णांना चार ते पाच दिवस ताप येतो.

या तापाची तीव्रता खूप जास्त असते. यासोबतच तीव्र डोकेदुखी व शारीरिक दुखणे उद्भवते.

नेहमीच खूप ताप असणे म्हणजे डेंग्यूच असेल असे नाही.

त्यामुळे अतिशय उच्च प्रतीचा ताप व त्यासोबतच इतर लक्षणे दिसली, तरी तो डेंग्यू आहे किंवा नाही हे तातडीने जाणून घ्याच.

प्रत्येकासाठी हे खूपच महत्त्वाचे आहे.

अगदी वेळेत कारण या रोगाचे वेळेत निदान होणे खूप महत्त्वाचे आहे.

एखादा ताप हा साधा "व्हायरल ताप आहे की डेंग्यूचा रक्तस्त्रावी ताप आहे", हे आपल्याला खाली दिलेल्या लक्षणांवरून समजून येईल :

- खूप तीव्र व प्रखर ताप येणे.
- अचानकपणे नाकातून, कानातून किंवा हिरड्यातून रक्त येणे.
- नेत्रपटलावर वा शरीराच्या कुठल्याही एखाद्या भागावर लाल ठिपका येणे.
- युरीन किंवा शौचातून रक्त येणे.

रुग्णामध्ये दिसणारी वरील लक्षणे याचीच निदर्शक आहेत की, त्या रुग्णाची त्वरित तपासणी व्हायला पाहिजे. असे करणे गरजेचे आहे कारण डेंग्यूच्या शरीरावरील परिणाम म्हणजे रक्तातील प्लेटलेट झपाट्याने कमी होऊ लागतात ज्या लगेचच वाढविणे आवश्यक असते.

याबाबतीत वारंवार दिसून येणाऱ्या वरील प्रकारच्या लक्षणांकडे दुर्लक्ष केल्यास हा डेंग्यूचा ताप रुग्णाकरिता जीवघेणाही ठरू शकतो.

आपल्या देशात दिवसागणिक डेंग्यूच्या रुग्णांची वाढती संख्या पाहता, त्या प्रमाणात वैद्यकीय सोयीसुविधांचा प्रचंड तुटवडा असल्याचे दिसून येत आहे. प्रत्येक रुग्णालयात अशीच परिस्थिती आहे.

बऱ्याच रुग्णालयांमध्ये तर बेडची सुविधा पण अपुरी पडते आहे. डेंग्यूच्या वाढत्या कहरात रुग्णालयांची अशी हालत ही खरोखरच खूप वेदनादायी परिस्थिती आहे. त्यामुळे तातडीने या सुविधांच्या उपलब्धतेचा दृष्टीने विचार करणे अत्यंत गरजेचे आहे.

ज्या रुग्णांना वैद्यकीय उपचार आणि चिकित्सेची तसेच त्यांच्याकडे लक्ष देण्याची नितांत गरज आहे. त्यांनाही या रुग्णालयांमध्ये साधे भरती करून घेता येत नाही अशी परिस्थिती आहे.

या पार्श्वभूमीवर एक लक्षात ठेवावयास हवे की, या डेंग्यूच्या आजारांमध्ये जवळपास ९०% रुग्णांना रुग्णालयात लगेचच दाखल होण्याची आवश्यकता नसते. जोपर्यंत या आजाराची लक्षणे तीव्र प्रमाणात जाणवत नाहीत.

भारतात या आजारावर घरच्या घरी सेवा देऊन सहजतेने हा रोग्यावर उपचार केले जाऊ शकतात.

डेंग्यूच्या रुग्णास हाताळताना प्रत्येकाने खाली दिलेल्या या महत्त्वाच्या गोष्टी लक्षात ठेवणे गरजेचे आहे:

- रुग्णास दवाखान्यात दाखल करण्याची घाई करू नका. त्यापेक्षा डॉक्टरांनाच घरी बोलवा आणि रुग्णाची दुप्पट काळजी घ्या.
- रुग्णास रक्त देण्याची कधीही वेळ येऊ शकते. तेव्हा रक्तदात्यांची यादी स्वतःजवळ तयार असू द्या. जेणेकरून गरज पडल्यास वेळ न घालवता रुग्णास तातडीने रक्त उपलब्ध होऊ शकेल.
- आपल्याजवळ नेहमी दोन रक्तदाते असू द्या कारण एखाद्या वेळेस ऐन वेळेवर संभावित रक्तदात्याला नाकारले जाऊ शकते.
- जोपर्यंत प्लेटलेटस रक्त संक्रमणाची गरज आहे तोपर्यंत हीच पद्धती अवलंबिली पाहिजे.

यासोबतच आजूबाजूचा परिसर आरोग्यदायी आणि स्वच्छ राहील, कचऱ्याची योग्य विल्हेवाट लावली जाईल याचेही दिशानिर्देश लोकांना द्यावयास हवे. "आपल्या परिसरातील स्वच्छतेसंबंधित वाढती जाणीव" हीच या आजाराची खरी प्रतिबंधक किल्ली होय.

आपल्या सभोवतीचे वातावरण सदैव निरोगी राहील याची पर्याप्तपणे काळजी घ्या आणि डासापासून स्वतःचे रक्षण करा. वैयक्तिक सोबतच समुदायानेही या डेंग्यू विरुद्ध लढा तीव्र करून मानवतेला सहाय्य करा.

24

मस्क्युलर डिस्ट्रॉफी

माझा एक मित्र लंडनला असतो. त्याची नऊ-दहा वर्षांची मुलगी स्नायूंच्या अत्यंत दुर्धर रोगाने आजारी असते.

कमरेखालील भागात स्नायू कार्यान्वित होत नाही. त्यामुळे सतत व्हीलचेअरवर बसावे लागते. उचलून ठेवावे लागते किंवा न्यावे लागते. स्नायूंची झीज होणे किंवा हळूहळू ढासळणे (Degeneration or deterioration), असे होत असल्यामुळे परावलंबत्व येतं.

अगदी १००% तुमच्या प्रत्येक कामाकरिता तुम्हाला दुसऱ्यांची मदत घ्यावी लागते. सुरुवातीच्या काळात २-३ वर्ष माझा मित्र, त्याची पत्नी व ही मुलगी भारतातमध्येच होते.

आपल्याकडे अशा आजारी मुलांना आवश्यक असणारी सपोर्ट सिस्टीम अस्तित्वातच नाही. परदेशातून अशा आजारी मुलांना सर्व प्रकारच्या सुविधा मिळतात. अगदी सामान्य विद्यार्थ्यांच्या शाळांतून त्यांना शिक्षण घेता येते.

माझा मित्र भेटला असताना सांगत होता, माझा भारतातील अनुभव अत्यंत वाईट आहे. शिक्षक, इतर पालक, काही प्रमाणात शाळेतील मुलीही अशा आजारी मुलांना आपल्यात सामावून घेत नाहीत.

परंतु त्याचा लंडनमधील अनुभव फारच वेगळा आणि चांगला आहे. त्याला मुलीकरिता नेहमीच्याच शाळेत प्रवेश मिळाला. यांना शाळेत आणणारा बसचा चालकच या मुलीची काळजी घेतो.

तिची व्हीलचेअर अगदी व्यवस्थित बसमध्ये ठेवतो. शाळेतील शिक्षकही तिला इतर विद्यार्थ्यांप्रमाणे शिकवतात.

एखाद्या मुलाला किंवा मुलीला आजारपणामुळे दिर्घकाळ हॉस्पिटलमध्ये राहावे लागले तर अशा हॉस्पिटलमधून शाळाही असतात.

या शाळेतील शिक्षक त्या मुलींच्या शाळेतील शिक्षकांशी संपर्क साधतात. कोणता अभ्यासक्रम चालू आहे? त्याची माहिती घेतात व अगदी तसेच शिक्षण हॉस्पिटलमधील शाळेतून मुलांना दिले जाते.

कधी कधी कार्यक्रमाला जाताना, प्रवास करताना अशा मुलींच्याबाबतीत अडचणी येतात, पण त्याबाबतीतही योग्य ती खबरदारी घेतली जाते. त्यांच्याकडे ही शिकवण ही सामाजिक जाणिव सर्वत्र पाहायला मिळते.

आम्ही मात्र त्याबाबतीत अत्यंत बेफिकीर किंवा बेजबाबदार असतो. आमचा दृष्टिकोन त्यांना त्यात सामावून घेण्यास तयार नसतो.

अशा आजाराने ग्रासलेल्या म्हणजे ज्यांना मस्कुलर डिस्ट्रॉफी झाली आहे अशा मुलांचे आयुष्य फार कमी असतं.

आपल्याकडे हे प्रमाण १२ ते १५ वर्षाचेच आयुष्य मिळतं. पण परदेशात ही मुलं २२ ते २५ वर्ष जगू शकतात.

या आजारावर औषध नाही. आपल्याकडे तर नाहीच नाही. परदेशातही पूर्ण बरे होता येईल असे औषध नाही.

मस्कुलर डिस्ट्रॉफीया आजाराचे ८ ते ९ प्रकार आहेत. थोड्याफार फरकाने अत्यंत कमकुवत स्नायू व त्यातून येणारे अपंगत्व हे स्वरूप या आजाराचे असते. पेशंट व त्याचबरोबर पालकही अगतिक झालेले असतात.

माझा हा मित्र आपल्या मुलीचे सर्व काही अत्यंत आनंदाने करतो, पण तरी तो म्हणत होता "मलाही खूप उदास वाटतं, मी ही अगतिक होतो. कधी एकटा बसतो तेव्हा मुलीची अवस्था मन विषण्ण करते".

अनेक सुविधा, मदतीचे अनेक हात तुमची हतबलता दूर करू शकत नाही. हा आजार बाळाचं कन्सेप्शन झाल्या दिवसापासून होऊ शकतो.

बाळ ३-४ वर्षाचं होताच लक्षणं दिसू लागतात. स्नायू कमजोर होतात. सुरुवातीस पायावर चालणारे मूल हळूहळू व्हीलचेअर वापरायला लागते.

या आजारावर ॲलोपथीमध्ये औषधे नाहीत. मात्र आयुर्वेदामध्ये काही उपचार व औषधे सांगितली आहेत. त्याचा पर्याय म्हणून विचार होऊ शकतो.

गाईच्या दुधाच्या डिकॉक्शनमध्ये शतावरीचा अर्क वापरून पेस्ट तयार करण्यात येते.

मग ही पेस्ट कापडात बांधून वर्तुळाकार पद्धतीने स्नायूंच्या भागावर फिरवून मसाज केला जातो.

३-४ आठवडे असे केले तर स्नायूंचे झीज होणे हळूहळू कमी होते. त्यांना थोडी शक्ती प्राप्त होते.

या औषधाबरोबरच मुक्तासन, पवन मुक्तासन, भुजंगासन सारखी योगीक आसनेही उपयोगी पडू शकतात.

अत्यंत जीवघेण्या यातना देणारा हा आजार मुलांना विकलांग करतो. फुल पूर्ण उमलण्या अगोदर कुस्करले जाते.

हे सारे पाहताना दुःख तर होतेच आणि त्याच्यापलीकडे आपण अगदी उन्मळून पडतो.

25

स्टेम सेल थेरपी

कोणतीही व्याधी म्हटली की, रुग्णाचं, त्याच्या कुटुंबाचं मन:स्वास्थ आणि शरीर स्वास्थ्य पार बिघडून जातं. कुणालाही 'मधुर विळखा' घालणारा आजार म्हणजे मधुमेह अर्थात डायबिटीज!

तो होण्याची अनेक कारणे आहेत, एकदा झाला की, तो बरा होत नाही. त्यावरील पथ्य, औषधोपचार त्यामुळे संबंधित व्यक्ती मनातून खरंतर फार उध्वस्त होऊन जाते. शास्त्रज्ञ, संशोधक नवनवीन शोध लावत आहेत.

असाच एक मधुर शोध लागला आणि मधुमेहासंदर्भात मधुमेहींना दिलासा देणारी 'यक्षिणीची कांडी' हाती लागली. या उपचार पद्धतीचे नाव आहे 'स्टेम सेल थेरपी'.

आपल्या शरीरांतर्गत अस्तित्वात असलेल्या या पेशींचा लाभ आपल्याला यामध्ये करायचा असतो. या उपचारपद्धतीत बोनमॅरो (Bone Marrow) किंवा Lower Abdomen Cell चा वापर करतात.

आपल्या देशात 'द गव्हर्मेंट ऑफ इंडिया, डिपार्टमेंट ऑफ बायोटेक्नॉलॉजी' (The Government of India, Department of Biotechnology, DBT) यांनी स्टेम सेल थेरपीवर संशोधन सुरू केले. या मधुर कथेला सुरुवात झाली सन २००७ मध्ये, त्यानंतर २०१२ मध्ये मधुमेह रुग्णांना उपचार देण्यास सुरुवात केली गेली.

डॉ. भास्कर व्यास आणि त्यांची सुविद्य पत्नी डॉ. रजनी व्यास हे दोघेही DBT च्या प्रोजेक्ट वर कार्यरत आहेत. DBT ची धुरा सांभाळणारे डॉ. भास्कर व्यास यांचे असे म्हणणे आहे की (ज्या सेल आपल्या बोन मॅरो मध्ये) आढळतात. त्यांच्यात असे काही जादुई गुणधर्म आहेत की ते इन्सुलिन सिक्रेटिंग सेल्स म्हणून प्रभावी ठरतात.

या उपचार पद्धतीसाठी ७ रुग्णांची निवड केली गेली. ज्यात ५ प्रौढ होते आणि २ कुमारावस्थेत होते. या सर्वांना बरच काळ मधुमेहाने ग्रासलेले होते.

मधुर यशाची सुरुवात झाली ती गुजरातमधील बडोदा शहरातील श्री. सुरेश वखारीया, या व्यक्तीला २० वर्षांपूर्वी 'डायबेटिक-टू' ने घेरले होते. स्टेम सेल थेरपी घेतल्यानंतर श्री. सुरेश वखारिया यांच्यात 'अविश्वसनीय सुधारणा' दिसून आली. या उपचार पद्धतीचा अवलंब केल्यापासून तीन रुग्णांना इन्सुलिन इंजेक्शन घ्यावे लागायचे, ते बंद झाले.

दोघांचे इन्सुलिन बंद झाले आणि केवळ तोंडावाटे घ्यावी लागणारे औषधे सुरू झाली. दोघांच्या मधुमेहाच्या औषधांची मात्रा कमी करण्यात आली.

कु. जुगेन पटेल या १५ वर्षाच्या मुलाला, वयाच्या दहा वर्षापासून मधुमेह होता. त्याच्या वर्तनात चिडचिडेपणा, नैराश्य, आळस आला होता. स्टेम सेल थेरपीनंतर त्याच्यात कमालीची सुधारणा दिसू लागली.

भारतात मधुमेहाचे प्रमाण सर्व वयोगटात लक्षणीय आहे. त्यातही गुजरात आणि केरळ ही दोन राज्ये 'Most Diabetic States' म्हणून देशात ओळखली जातात.

डॉ. भास्कर व्यास आणि त्यांच्या टीमला या अभूतपूर्व यशानंतर गुजरात आणि केरळनंतर देशभरात इतरत्र ही उपचार पद्धती न्यावयाची आहे. त्यांच्या यशाच्या या मधुर वाटचालीसाठी त्यांना शुभेच्छा!

26

आरोग्य व पर्यावरण

पर्यावरणाचा आपल्या आरोग्याशी जवळचा संबंध असतो, विशेषतः स्त्रियांचा व लहान मुलांचा.

ऋतुमानात होणारे बदल, हवामानातील चढ-उतार, अस्वच्छता व दुर्गंधीयुक्त वातावरण यामुळे संसर्गजन्य रोग फैलावतात.

स्त्रिया आणि लहान मुले त्याला बळी पडतात. पुरुष जातीला काही होत नाही असं नाही. संशोधन हे सांगते की, स्त्रियांना अधिक प्रमाणात परिणाम भोगावे लागतात.

आतापर्यंत पर्यावरणाच्या बाबतीत आपण फारसे जागरूक नव्हतो. शासन व सर्वसामान्य लोकही फारसे जागरूक नव्हतो. काही प्रमाणात आपण सारे सजग झाले आहोत.

एखाद्या शहराच्या हवामानात होणारा बदल हा पर्यावरणाचा समतोल बिघडल्याने होत असतो.

वृक्षतोड, जंगलतोड, टेकड्या हटवून सपाट केलेला भूप्रदेश, सिमेंटचे रस्ते व इमारती यामुळे हवामान बदलते. थंडीचं प्रमाण कमी होऊन उष्णता वाढते.

मला आठवतयं, दिवाळीला पहाटे उठावं लागायचं, थंडीने कुडकुडायला व्हायचं. आता तशी थंडी विशेषतः जाणवत नाही.

सध्या पर्यावरणातील बदलामुळे तापमान वाढले आहे. पर्यावरणाचा समतोल का बिघडतो तर तो बिघडवतात, सर्व प्रदूषणे!

अगदी आवाजाचं प्रदूषणही अनेक समस्या निर्माण करते. वाहनांचा अतिवापर, त्यातून बाहेर पडलेले धुलिकण व प्रत्यक्ष धूळ, ट्रॅफिक जॅम व त्यातून होणारा वेळेचा व पेट्रोलचा अपव्यय, एकातून एक अशा समस्या निर्माण होतात.

आपण दिवाळीत मोठ्या प्रमाणावर फटाके वाजवतो. आवाजाचे तसेच धुराचे प्रदूषण होते. आपल्यालाच काय, पण पशुपक्षांना, प्राण्यांना या प्रदूषणाचा त्रास होतो. अगदी त्यांचे आयुर्मानदेखील कमी होते.

नुकताच केरळ राज्याला पर्यावरण बदलाचा मोठा फटका बसला. अतिवृष्टी झाली, पावसाचे पाणी घराघरातून घुसले.

हजारो लोक बेघर झाले. काही शेकड्यांनी बळी गेले. काही हजार कोटींचं नुकसान झाले.

आपण म्हणतो निसर्गाची अवकृपा झाली. निसर्ग कोपला व हे घडलं. पण पर्यावरणाचा अभ्यास करणारे तज्ज्ञ सांगतात, आपणच हे ओढून घेतलेलं असतं. प्रदूषण व त्यामुळे पर्यावरणात होणारे बदल त्यास कारणीभूत असतात.

जे केरळात घडलं, ते महाराष्ट्रातही घडू शकतं अशी ही धोक्याची सूचना तज्ज्ञांनी दिली आहे.

पर्यावरणातील बदलाच्या अभ्यासामध्ये स्त्रियांच्या आरोग्याचा विचार व्हावयास पाहिजे त्यासाठी त्यांना प्रशिक्षित केले पाहिजे.

27

मानसिकता व निद्रा

"ए सारख्या सारख्या जांभया काय देतेस? रात्री झोप झाली नाही का?" असा प्रश्न येतो आणि मग उत्तर येते, "हल्ली नीट झोपच लागत नाही. निद्रनाश झालाय असं वाटतं. मग खूप आळस येतो, कामात नीट लक्ष लागत नाही, निराश व्हायला होतं". दोन मैत्रिणींमधील हा संवाद आपल्याला अनेकांच्या तोंडून ऐकू येतो.

खरं तर दिवसभराचं कष्टाचं काम संपलं की, माणसाला झोप हवी असते. ती घेता येत नाही. त्या पाठीमागे अनेक कारणे असतात. काहींना पुरेशी झोप घेता येत नाही, कारण जास्तीत जास्त वेळ काम करून जमा व खर्च यांचा मेळ घालावा लागतो.

स्थिर चित्त नसलेले, आरोग्याच्या समस्या असलेले, भयंगडाने पछाडलेले लोकही या समस्येपासून दूर राहू शकत नाही. त्यांनाही निद्रानाशाचा त्रास सहन करावा लागतो.

एक समज होता, ही समस्या प्रगत पुढारलेल्या व श्रीमंत देशातील लोकांना जास्त जाणवत असावी. अप्रगत देशातील गरीब जनतेला जगण्यासाठी सतत धडपड करावी लागते. कष्टप्रद जीवन ते जगतात. दमले-भागलेले हे जीव मग मस्तपैकी झोपत असतील.

काही अंशी ते खरेही आहे, पण ही समस्या आता गरीब देशातील लोकांनाही भेडसावू लागली आहे. अभ्यासांती हे खरं आहे असं दिसतंय.

त्यासाठी लोकांचे जीवनमान, शारीरिक व मानसिक आरोग्य, सामाजिक परिस्थिती इत्यादी बाबी विचारात घेण्यात आल्या. तिथेही हा प्रश्न भेडसावू लागला आहे.

गरिबीपेक्षाही नैराश्याची भावना, सतत वाटणारी काळजी या गोष्टी निद्रानाशाच्या जवळ लवकर घेऊन जातात, असं आढळून आलंय.

थोडक्यात श्रीमंत-गरीब, शहरी वा ग्रामीण असं साधं समीकरण मांडून निद्रानाशेच्या समस्येला आपण त्यात बसवू शकत नाही.

आपलं मानसिक आरोग्य चांगलं असणं आवश्यक आहे, एवढं मात्र खरं!

28

नैराश्य टाळा

आपण सर्वच आयुष्यात कधी ना कधी अगदी निराशेच्या प्रसंगातून वा अवस्थेतून जात असतो. केवळ एकदाच नाही, तर बरेचदा अशी परिस्थिती आपल्यावर येते. जीवनात कधीतरी आपण खूप उदास होतो, हतबल झाल्यासारखे वाटते.

आता आपल्या आयुष्यात जगण्यासारखे करण्यासारखे काहीच नाही ही भावना प्रबल होते, अशावेळी कुणीच आपले जवळचे नसून, आपल्याला उत्साहित करणारे जगण्याची दिशा दाखवणारे व जगण्याकरिता चेहरा करणारे कोणीच नाही, आपल्याला आता कोणाचाच आधार नसून जगणे व्यर्थ असल्याची भावना मनात बळावते.

आपण निष्क्रिय होत चाललो आहे, मित्रापासून आपण दूर होत आहे, इतर नातीही दुरावत आहेत. प्रत्येक गोष्ट ही मुद्दाम आपल्या मनाविरुद्ध घडविल्या जात आहेत, असे विचार दिवसेंदिवस मनात घोळत राहतात.

आपला आवडता छंद वा खूप चांगले संगीतही आपल्या चेहऱ्यावर हसू फुलवू शकत नाही. या जगात कुठलीच गोष्ट अशी नाही की, जी आपले दुःख हलके करू शकेल असे कितीही वाटत असले तरी काळजी करू नका.

कुठल्याही परिस्थितीत तुम्ही आपल्या जीवनात सगळे काही गमावलेले नसते हे लक्षात घ्या. असे असले तरी आपल्या देशात सर्वसामान्यपणे आढळून येणारी समस्या डिप्रेशन म्हणजे निराशावादाचे आपण शिकार होत आहात.

वेगळ्या भाषेत यालाच जीवनात उदासीनता येणे, निरुत्साह वाटणे, अगतीक होणे असेही म्हटले जाते. अगदी निराशेच्या गर्तेत जाऊन जगण्याची आशाच संपणे असे म्हणता येईल.

परंतु माझ्या मते हीच खरी वेळ असते, पुन्हा एकदा तुम्हीच तुम्हाला शोधण्याची आणि आपल्या नैराश्यावर मात करण्याची! उदासीनतेवर उपाय शोधण्याची आणि औषधी घेण्यापेक्षा स्वतःतील आत्मविश्वास पारखण्याची!

आज जगात जवळपास १२० मिलियन लोकं या निराशावादाने ग्रस्त आहेत. या आजारात 'सिव्हीअर डिप्रेशन' येऊन आत्महत्या करण्यास कारणीभूत होणाऱ्या लोकांची संख्या ही जवळपास ८,५०,००० हजार इतकी प्रचंड आहे. 'वर्ल्ड मेंटल हेल्थ'ने केलेल्या एका सर्वेक्षणानुसार संपूर्ण जगात या निराशावादी रुग्णांची संख्या ही सर्वात जास्त भारतात आहे. त्यातही तरुणांची संख्या जास्त आहे. याचे कारण देताना आजूबाजूच्या वातावरणाशी या तरुणांना जमवून घेणे कठीण जाते.

सुरुवातीस अचानक मिळालेले यश कालांतराने न मिळाल्यास स्वतःच्या प्रतिष्ठेस लागलेला धक्का सहन न होऊन ते अतिशय दुःखी होतात. त्यातूनच निराशा आणि औदासिन्य येऊन हे तरुण डिप्रेस होतात. हीच प्रमुख कारणे त्यांच्या आत्महत्येस जबाबदार ठरतात.

अशा केसेसमध्ये प्रामुख्याने 'टीनेजर्स म्हणजे पौगंडावस्थेतील मुले' दिसून येतात.

हे नैराश्य केवळ एखाद्या प्रसंगातून येत नाही, तर असेच वारंवार घडणाऱ्या प्रसंगाच्या संयोजनातून हळूहळू वाढत जाते.

काही वैयक्तिक बाबीही यासाठी कारणीभूत ठरतात. आयुष्यात असा निराशावाद निर्माण होण्यास बरीच प्रत्यक्ष व अप्रत्यक्ष कारणे असतात.

त्यातून डिप्रेशन वाढत जातं, पण जरुरी नाही की, ती कारणे सर्वांनाच तेवढी महत्त्वाची वाटतील. या व्यक्तींच्या आयुष्यात मात्र तीच कारणे डिप्रेशन येण्यास महत्त्वाची भूमिका बजावतात.

जगभरातील संशोधकानी पूर्वीपासूनच सांगितले आहे की, केवळ शरीरातील रासायनिक संतुलन बिघडल्यामुळे औदासिन्य येत नाही, तर याची इतरही अनेक कारणे असतात.

यातील प्रमुख म्हणजे परिवारातील तणाव, अनुवंशिक असुरक्षा, मादकद्रव्यांचे सेवन, अंतर्निहीत चिकित्सा तसेच मस्तिष्कामध्ये दोषपूर्ण बिघाड याही घटकांचा यात सहभाग असू शकतो.

पण या डिप्रेशनवर कुठलीही गोळी घेण्याआधी खरोखरच दोनदा विचार करून मगच तो विचार अंमलात आणायला हवा.

मान्य आहे ही गोळी तुम्हाला क्षणभराकरिता यातून सुटका देईलही, परंतु तुमच्यातील सहनशक्ती यामुळे कमी होऊन, पुढील वेळी जेव्हा पुन्हा तुम्हाला डिप्रेशन येत त्यावेळी त्याचा सामना करण्याऐवजी तुम्ही पुन्हा एकदा दुसऱ्या गोळीच्या आहारी जाता.

या गोळ्या घेण्याची सवय ही योग्य नसून तुमच्या वागणूक किंवा त्याचा प्रतिकूल परिणाम होताना दिसून येतो.

याकरिता तुम्ही आपली नकारात्मक विचारांची प्रक्रिया पूर्णपणे थांबवायला पाहिजे आणि तुमच्या सभोवतींच्या चांगल्या सकारात्मक गोष्टींचा विचार करावयास पाहिजे.

ज्या गोष्टींनी तुम्हाला चांगले वाटते तेच तुम्ही करताय ही अतिशय आनंदाची गोष्ट आहे. पण त्यासोबत एक विचार असाही करा की, आपल्या आयुष्यात भरभरून आनंद असेल तर हेही तितके सत्य आहे, तर थोडे दुःखसुद्धा त्यासोबत येतच असते.

त्याकरिता अपयश हिच जर आपण आपली ताकद बनवली, तर एक दिवस यश नक्कीच तुमच्या दाराशी येऊन तुमचे दार ठोठावेल. म्हणूनच निराश होण्याची गरज नाही आणि पुन्हा पुन्हा त्याच नैराश्यवादी अवस्थेतून जाण्याची गरज नाही.

प्रत्येक जण आपल्या स्वतःकरिता विशेष आणि वेगळा असतो व याकरिता स्वतःचा तो वेगळा मार्ग आक्रमितही असतो.

या मार्गांवर येणाऱ्या कठीण प्रसंगांवर मात करण्याची किंवा त्यावर प्रतिक्रिया देण्याची प्रत्येकाची पद्धत नक्कीच वेगळी असेल.

काहीजण इतरांपेक्षा या साहसाने सामोरे जातील आणि त्यात यश मिळवतील, तर काहीजण हा तनाव सहन करू शकणार नाहीत.

शेवटी गोळ्यांचा आधार घेतील. पण एक लक्षात ठेवा तुमच्याकडून सर्व प्रयत्न केल्यानंतर अगदी शेवटचा पर्याय औषध असावयास पाहिजे.

तुमच्यातील सर्व त्रुटींना दुर्लक्ष करून तुमची प्रशंसा करणारे अनेक लोक तुमच्या सभोवती असतात आणि आहेत.

तुम्ही जसे आहात त्याचा अभिमान बाळगा आणि हसत रहा. त्यामुळे तुमची उदासीनता पूर्ण दूर होईल आणि तुम्ही स्वतःची स्वतःला यातून बाहेर निघण्यास मदत होईल.

तर 'कायम हसत रहा आणि तुमची तुम्हीच या निराशावादातून बाहेर पडण्यास मदत करा'.

29

भारतीय स्त्री..

भारतीय तत्त्वज्ञानानुसार स्त्रीचे रूप हे अनेक रंगी असल्याचे दिसून येते. घराला पायाभूत सुविधा आणि समृद्धी देणारी लक्ष्मी, शक्ती व संरक्षण देणारी महाकाली, दुर्गा आणि शिरोबिंदू मध्ये बुद्धिदेवता महासरस्वती या तीन शक्तींचे रूप ज्या स्त्री ठायी आहे, ती स्त्री कमजोर असू शकत नाही.

आपल्या भारतीय संस्कृतीत स्त्रीचे स्थान उच्च दर्जाचे आहे, पण मध्यंतरीच्या काळात स्त्रीची अतिसहनशीलताच तिची कमजोरी ठरली व या पुरुषप्रधान संस्कृतीने त्याचा अचूक फायदा उचलला. तिच्यावर अनन्वित अत्याचार केले गेले आणि आजही ते सुरूच आहेत.

बदलत्या काळानुसार या अत्याचारांचे प्रकार बदलले असतील, पण त्यातून तिची सुटका मात्र अजूनही झालेली नाही. याकरिता प्रत्येक स्त्रीने आपल्या दोन हातांची ताकद आज ओळखायला पाहिजे.

"कराग्रे वसते लक्ष्मी । करमध्ये सरस्वती ।

करमुले तू गोविंदम् । प्रभाते कर दर्शनम् !!"

हा श्लोक म्हणून आपल्या तळहातांच्या दर्शनाने आपण दिवसाला सुरुवात करतो. त्यामुळे आपले शारीरिक व मानसिक मनोबल वाढते, हा त्यामागील आपला विश्वास! पण या हातांची ताकद खरोखरच आपण जाणली आहे का? खास करून महिलांना ती जाणून घेणे खूप गरजेचे आहे. आपल्या या दोन हातांमध्ये प्रचंड सामर्थ्य आहे.

मायेनं आपल्या बाळाला थोपटणारे हे हात अचानकपणे येणाऱ्या संकटांशी दोन हात करावयासही मागेपुढे पहात नाही. एक आई आपल्या याच हाताने बाळाकरिता प्रोटीनयुक्त आहार बनविते, तर हेच हात देशाच्या सीमेवर देश रक्षणार्थ शत्रूचा निःपात करताना दिसून येतात.

आपल्या हातातील कौशल्याने एखादी स्त्री या सृष्टीतील सौंदर्याला आपल्या कॅनव्हासवर चित्रित करते तर शिल्पकार आपल्या याच हातांनी ओबडधोबड दगडातून सुंदर शिल्प साकारते. या दोन हातांचं सामर्थ्य शब्दातीत आहे.

आपल्या बाळाकरिता मायेनं काम करणारे हे हात वेळप्रसंगी तलवारही चालवू शकतात व स्वतःच्या रक्षणार्थ कोणावर उठूही शकतात, ही आपली ताकद प्रत्येक स्त्रीने जाणून घेतली पाहिजे.

मेहंदीने सजवलेले नववधूचे हात हे सुंदर व मोहकच. पण शेतात कष्ट करणाऱ्या, आपल्या घरात काम करणाऱ्या कामवाली बाईचे हात खरखरीत असले तरीसुद्धा जास्त सुंदर व मोहक वाटतात. कारण आपलं आयुष्य सुसह्य करण्याकरिता या मंडळाचे हे हात सतत कार्यरत असतात, राबत असतात. अति जास्त कष्टिक कामांमुळे या मंडळींच्या हातावरील रेषाही पुसल्या जातात. पण तसा विचार न करता या हातांच्या रेषांवर काय असतं? हे शोधले जाते.

मी तर म्हणेन ज्यांना आपल्या हातांचे सामर्थ्य कळत नाही, ते या रेषांवरून आपलं भाग्य जाणण्याचा प्रयत्न करीत असतात. हातातल्या बोटांमध्ये अंगठ्या घालून त्यांना सजवायला हरकत नाही. पण खरं हातांचे सौंदर्य हे फक्त त्यांना अंगठ्यानी सजवण्यात नाही तर त्यांना सशक्त करून त्यातून नवनिर्मिती घडवून आणण्यात आहे.

हातांचं सौंदर्य व मोहकत्व हे सृजनतेत आहे ते कशातच नाही हे आपण जाणून घेतलं पाहिजे.

आपल्याला जे हवे ते स्पष्टपणे आपल्या नजरेसमोर ठेवून, त्या दिशेने आपण क्षमतेने वाटचाल केली, तर आजच्या स्त्रीकरिता कुठलीच गोष्ट अवघड नाही. फक्त त्याकरिता सकारात्मक दृष्टीने दीर्घकाळ नेटाने कार्य करत रहाणे गरजेचे आहे.

जगण्याचा अर्थ नेमकेपणाने समजून घेऊन आपले जीवन प्रवाही कसे राहील याचा विचार केला पाहिजे. त्यासाठी आवश्यक ती संवेदनशीलता व समजूतीची भावना ही हवीच. कारण जगात सुरक्षित असे काहीही नाही.

आयुष्यात जगताना अनेक अडथळे समस्या संकटेही येतातच. एवढेच नव्हे तर तुमच्या वाटेतमध्ये ती स्थान मांडून बसलेली असतात. अशावेळी निर्भयपणे त्यांना सामोरे जाण्याची आणि त्यांच्याशी दोन हात करण्याची जी क्षमता स्त्रीमध्ये आहे, त्याची फक्त जाणीव तिने स्वतःलाच करून देणे गरजेचे आहे.

कारण जीवन जगत असताना 'स्वत्वाची ओळख' होणेही तेवढेच महत्त्वाचे आहे. आजची स्त्री ही आत्मनिर्भर आहे. स्वतःतील कलागुणांची तीला पारख आहे. फक्त हे बदल स्वीकारत असताना उत्कृष्ट तेच तीने स्वीकारायला पाहिजे.

पण हे बदल घडविताना फक्त झगमगत्या रोषणाईकडे बघून चालणार नाही, तसेच फक्त विझलेल्या दिव्यांकडे बघूनही चालणार नाही.

त्याकरिता आपल्या हातातील 'सद विचारांचा आणि सदाचाराचा दिवा' सतत तेवत ठेवून उत्तम विचार आणि वर्तन अंगी बाळगणे आवश्यक आहे. समाजाकडून सहानुभूतीची अपेक्षा न करता मानाने जगण्याला प्राधान्य दिले पाहिजे.

काळ बदलतो आहे, या 'बदलत्या काळानुसार बदल हा अपरिहार्य असतो' हे ओळखून प्रत्येकाने समाज हिताच्या दृष्टीने जे बदलता येणे शक्य आहे, ते बदलण्याचा प्रयत्न करायला पाहिजे.

त्यासोबतच या समाजाचाही महिलांकडे पाहण्याचा दृष्टिकोन बदलणं अत्यंत आवश्यक आहे.

30

संस्कार

स्त्री सौंदर्याचा व्यापक विचार करत असताना मला संत तुकामेळा यांचा एक अभंग आठवतो,

'काय भुललासी वरलीया रंगा ।

उस डोंगा परी रस नाही डोंगा । ।

ऊस वरून पाहिला तर ओबडधोबड व खडबडीत दिसतो. पण त्याचं अंतरंग गोड असल्याने रस गोडच निघतो.

यासंदर्भातील बा. भ. बोरकरांची कविता आठवते,

'देखणे चेहरे जे अंतरिचे आरसे ।

सावळे की गोरटे या मोल नाही फारसे'। ।

बाह्य सौंदर्यापेक्षा अंतरंग, आपलं मन या गोष्टींना जास्त महत्त्व आहे. आपल्या मनाची जडणघडण लहानपणापासूनच आई-वडील करत असतात. त्यात मोठा वाटा आईचाच असतो.

आई आपल्या मुलींना शरीराची काळजी कशी घ्यायची? याचे शिक्षण तर देतेच, पण त्याचबरोबर कसं बोलायचं, कसं वागायचं, आपली व ईतरांची काळजी कशी घ्यायची, स्वच्छता व टापटीप कशी ठेवायची हे ही सांगत असते.

शरीराबरोबरचं मनाचे सौंदर्य वाढविण्याची जबाबदारी ही तीचीच असते. हे संस्कार महत्त्वाचे असतात

इथे मला एक चोर व त्याच्या आईची गोष्ट आठवते. हा मुलगा लहानपणापासूनच छोट्या-मोठ्या चोऱ्या करीत असे. कधी पेन्सिल चोर, तर कधी खोडरबर चोर अशा गोष्टींनी त्याने सुरुवात केली. मग छोट्या वस्तू उचलून आणू लागला. त्याच्या आईने त्याला कधीच अडवलं नाही.

मोठा झाल्यावर तो अट्टल चोर बनला व पकडला गेला. कोर्टात हजर केल्यावर तो आईला मुस्काटात देऊन म्हणाला, 'माझ्या इतकीच तुही गुन्हेगार आहेस, माझ्यावर वेळीच चांगले संस्कार झाले नाहीत, म्हणून मी असा बनलो'.

थोडक्यात संस्कार महत्त्वाचे असतात. तुमच्या अंतरंगावर त्याचा प्रभाव होत असतो.

आम्ही आमच्या उत्पादनाच्या जाहिराती करतो. त्यात साराभरं बाह्यांगावरच असतो हे खरं आहे. तो एक बिझनेसचा भाग आहे.

एक गोष्टं खरी उत्पादन वापरल्यानंतर तुम्हाला उल्हासीत, ताजतवाने वाटले पाहिजे, तसं झालं तर मनही सुंदर होतं. त्याचं प्रतिबंब तुमच्या चेहऱ्यावर उमटते व तुम्ही सुंदर दिसू लागता.